प्रेमाची शप्पथ आहे तुला

अजिंक्य अरुण भोसले

D9900048

Copyright © ajinkya arun bhosale
All Rights Reserved.

This book has been self-published with all reasonable efforts taken to make the material error-free by the author. No part of this book shall be used, reproduced in any manner whatsoever without written permission from the author, except in the case of brief quotations embodied in critical articles and reviews.

The Author of this book is solely responsible and liable for its content including but not limited to the views, representations, descriptions, statements, information, opinions and references ["Content"]. The Content of this book shall not constitute or be construed or deemed to reflect the opinion or expression of the Publisher or Editor. Neither the Publisher nor Editor endorse or approve the Content of this book or guarantee the reliability, accuracy or completeness of the Content published herein and do not make any representations or warranties of any kind, express or implied, including but not limited to the implied warranties of merchantability, fitness for a particular purpose. The Publisher and Editor shall not be liable whatsoever for any errors, omissions, whether such errors or omissions result from negligence, accident, or any other cause or claims for loss or damages of any kind, including without limitation, indirect or consequential loss or damage arising out of use, inability to use, or about the reliability, accuracy or sufficiency of the information contained in this book.

Made with ♥ on the Notion Press Platform
www.notionpress.com

या कथेच्या तमाम 2 लाख वाचकांना समर्पित...

अनुक्रमणिका

अनुक्रमणिका

अनुक्रमणिका

अजिंक्य अरुण भोसले लिखित एक खास गोष्ट..

1
पाऊस पडत होता!

पाऊस पडत होता आणि अजिंक्य एका बंद वडापावच्या गाड्यापाशी आडोशाला उभा होता. अंधार होता तिथे आणि पाऊस हि लागत नव्हता. भिजलेले केस हाताने झाडत असताना त्या पावसाच्या आवाजात आणि मातीच्या वासातही एक ओळखीचा वास आला. त्यान बघितले माग वळून आणि हृदयाची धड-धड वाढली. कारण ती प्रतीक्षा होती. ती प्रतीक्षा जी त्याचीच होती. ओल्या केसांना गळ्यात थोड आणि थोड पाठीवर सोडून ती हातावरच पाणी रुमालाने पुसत होती. तो तिच्या मागे गेला आणि तिच्या मागेच थांबला.

अंधारामुळे तिला माहित नव्हत कि कोण तरी तिथ आधीपासून एक पुरुष आहे नाहीतर ती अशी एकटी थांबली नसतीच आणि हिम्मत करून अजिंक्यने प्रतीक्षाच्या हाताला धरल. हा स्पर्श ओळखीचा जाणवला तिला. तिने मागे बघितलं आणि एकदम विचारल अरे तू इथ काय करतोयस ? कसा आहेस ? आणि हि काय पद्धत म्हणायची तुझी ? कसला आवाज नाही हाक मारली नाहीस डायरेक्ट हात पकडतोस देऊ का पोलिसांकडे ? आणि तिची तीच हसायला लागली.

इकडे पाऊस थांबला. दोघ एकमेकांच्या डोळ्यात हरवून गेले तोपर्यंत.

अजिंक्य बोलू लागला, का ? हक्क नाही का माझा तुझ्यावर ? का तो पण गमावून बसलोय मी. तु मला वचन दिल होत की मी कायम तुझीच असेन. काय झाल त्या वचनाच ?

अरे गम्मत केली मी. तु का इतका चिडतोस. (प्रतीक्षा) चिडतोय का मी ? हळवा झालोय. रडू येतंय मला. तेव्हा निघून गेलीयस आज दिसतीयस (अजिंक्य). काहीही हा आताच भेटलो न आपण अलीकडं (प्रतीक्षा), हो दोन वर्षापूर्वी, तुला मुलगी झाली तेव्हा (अजिंक्य), हा मग ? (प्रतीक्षा). हा मग काय हे काय कमी आहेत का दिवस. काल परवा भेटल्यासारख बोलातीयस दोन तीन वर्षापूर्वी भेटलो म्हणून. (अजिंक्य)

बर मी निघू का ? हे आले आहेत मुलीला खाऊ आणायला गेलेत. तुला आणि मला अस बघितल तर भलताच शक घेतील (प्रतीक्षा), वा... म्हणजे तुझा नवरा शक घेतो आणि तु त्याला घाबरून राहतेस ? मी काय वाईट होतो का मग ? (अजिंक्य), तुही तेच करायपास आणि ग्हणूनाच मी तुझ्यापासून लांब गेले. आठव काय बोलला होतास त्या दिवशी किती रडवलस मला त्या एका कॅडबरी वरून... कुणी दिली ? का दिली ? तू का घेतली ? का खाल्ली ? नको नको ते पुढच बोललास, आठवतय ना ? (प्रतीक्षा), हो... पण (अजिंक्य).

पण काय ? तुझ्या त्या वागण्यान मी तुझ्यावरचा विश्वास गमावून बसले. तू नंतर हि असाच वागशील माझ्याशी म्हणून तुला भेटले नाही. आणि तुही आला नाहीस माझ्याकडे. काय समजायचं मी. झाली भांडण ठीक आहेत. मोठ कारण नव्हत. पण तु साध एकदा समजवायला पण आला नाहीस किती कठोर मनाचा आहेस तू यार (प्रतीक्षा), मी यायचो रोज, पण मला तू दिसायचीच नाहीस (अजिंक्य), हो.. मी गावी सातार्याला गेलेले. तु अस वागलास. काय करायचं होतं मी इथ थांबून बोल ? ज्या गालावर तू कीस करून करून माझा गाल ओला करायचास त्या गालावर तू तुझ्या हाताचे ठसे उठवलेस. तरी त्यातून मी तुला माफ केल. पण तुझा राग. शांत झाला का सांग मला तु ? तुझ्या पायी मी लग्नाला हो बोलले. तुझ कशात काही नाही म्हणून तुला साथ देऊन आपण लग्न दोन-तीन वर्ष जरा उशिरा करू अस मी ठरवलेलं. उशीर कितीही झाला लग्नाला तरी मी तुझी होणार होते. त्यामुळे वय चाललेलं माझ त्याचा मला फरक पडत नव्हता. पण तुला काहीच वाटल नाही हो ना ? (प्रतीक्षा), मला तुझ्याशी एकदा सगळ बोलायचं आहे. प्लीज एकदा माझ्या घरी येशील ? (अजिंक्य), हे बघ अजिंक्य, तो हक्क

तू गमावला आहेस. आता माझ्यावर, माझ्या शरीरावर आता माझ्या नवऱ्याचा हक्क आहे. तो तु नाही घेऊ शकत. मी भेटू शकते तुला. पण ते काहीच नाही करू शकत (प्रतीक्षा).

तिचा हात घट्ट पकडून तिला अंधारात जवळ ओढताना अजिंक्यला भान येत आणि कळत पाऊस तर सुरूच आहे. प्रतीक्षाला हि तेच जाणवत. ती हात सोडवत बोलते मी जाते नाहीतर हे येतील.

अजिंक्य तिला जवळ ओढतो आणि मिठीत घेणार तोच ती त्याला धक्का देते. त्याला कस तरी होत. तो काही बोलणार तोच ती बोलते, मी येते तुला भेटायला उद्या, दुपारी, एकटीच येईन. पण पुन्हा येईन कधी अशी अपेक्षा ठेवू नकोस. कारण तू मला तुझी तेव्हा सवय लावलीस आणि सोडून गेलास. आता मला पुन्हा तुझी सवय लाऊन घ्यायची नाही. मी आनंदी आहे माझ्या संसारात (प्रतीक्षा). अस बोलू नकोस, तुला आपल्या प्रेमाची शप्पथ आहे. मला तुझी गरज आहे (अजिंक्य). मला होती तेव्हा कुठे होतास तु ? सांग मला ? नाहीत अजिंक्य तुझ्याकड माझ्या प्रश्नांची उत्तरं.... सोड जाते मी, उद्या भेटू. ती माघारी फिरते आणि न राहून अजिंक्य तिला अंधारात मागून पकडून मिठीत ओढतो. दोघांची अंग गरम होतात. पण ती मिठी सोडून पावसात भिजत जाते. आणि अजिंक्य उभा राहतो तिला पाठमोर जाताना बघत.....

2

फक्त तुझ्याचसाठी !

उगीच कोणी कुणासाठी काहीच करत नाही. समाजात आपण राहतो. हा समाज आपल्याला चांगल बोलतो म्हणून सबंध हा समाज चांगला आहे अस होत नाही. काही वेळा आपण फसलो जातो त्यांच्या शब्दात किंवा आपणच धोका आहे दिसत असतानाही फसवून घेत राहतो स्वतःला. काहीस असच होत ना आपल प्रेमात ? म्हणजे प्रेम हे खोट आहे. क्षुल्लक आहे. आपल्याला कोणी तरी प्रेमात फसवणारे किंवा आपण यात फसलो जाणार आहे हे माहित असताना पण आपण प्रेम करतो. मग मला सांगा प्रेमात हरताना चूक कुणाची असते आपली ? का पुढच्या व्यक्तीची ?

काहीस असच झाल. काहीश्या गैरसमजामुळ अजिंक्य आणि प्रतीक्षाच प्रेम कुठल्या कुठ मनाच्या एका कोपऱ्यात जाऊन लपल. त्या लपलेल्या प्रेमाला अचानक जाग आली तिला काल रात्री पावसात आडोश्याला बघून. अजिंक्य प्रतीक्षा भेटले दोन वर्षांनी आणि दोघांनी आज अजिंक्यच्या घरी भेटायचं ठरवलं. वेळ होत आली. वेळ होऊन गेली तरी ती आली नाही.

दोष त्याचा नाही. दोष तिचा नाही. दोष नशिबाचा हि म्हणता येणार नाही. काय करणार ती ? स्वतःचा संसार आणि त्यात असलेले तिचे आई-बाबा, नवरा, मुलगी यांना काहीं न सांगता, घरातली सगळी काम सोडून ती त्याच्याकड जाऊ शकत नव्हती. तिला माहित होत. इतक्या वर्षाची मनातली सगळी व्यथा तो फक्त बोलून दूर करेल ? शक्यच नाही.

शरीराचा संबंध येईलच. पण मी सावरेन स्वताला. तो जवळ आला तरी त्याला जाणीव करून देईन माझ्यावर हक्क नवऱ्याचा आहे त्याचा नाही. अशा विचारात प्रतीक्षा होती. आणि इकड वेळ निघून जात होता तसा अजिंक्यच्या अंगातल अवसान निघून जात होत. वेळ निघून गेली. एक वाजताची वेळ. आता कुठे सहा वाजायला आले. प्रतीक्षा आली नाही. अजिंक्यने कागद पेन्सिल घेऊन उगीचच मनाला शांत करायला कविता लिहायला लागला.

पण कविता हि लिहावी लागते बोलावी नाही लागत. त्याला गरज होती बोलून मन मोकळ करायची. पण ते झाल नाही. ढगाळ वातावरण झाले, वार येत होत. बाहेर कुठे लोकांचे आवाज येत होते. रोजच येतात पण आत्ता अजिंक्यच्या डोक्यात त्या आवाजाने खूप दुखत होत. मनातला त्रास कसा बाहेर काढायचा हेच नेमके त्याला समजत नव्हत. त्याने लिहिलेली कविता फाडून टाकली. आणि कागदाचे तुकडे खाली टाकले. त्यात त्याला “फक्त तुझ्यासाठी प्रतीक्षा” अस लिहिलेला एक तुकडा दिसला. तो उचलून टेबलावर ठेवला. आणि डोळ्यातल्या पाण्याने कधी त्याचे ओठ खारट केले समजलच नाही.

एक कसला तरी आवाज आला आणि त्याच्या डोक्यात जोरात एक कळ आली. आणि पुन्हा तसाच आवाज आला. त्यान दुर्लक्ष केल. पुन्हा तीन-चार वेळा सलग आवाज आला. आता जो कोणी हा आवाज करतोय त्याचा जीवच घ्यायचा या विचाराने तो डोळे पुसत दाराजवळ गेला. तो आवाज कडी वाजवल्याचा येत होता. त्यान दार उघडल. मन ताळावर आल. दारात प्रतीक्षा होती. ती आत आली. त्यान दार उघडच ठेवलं. जेणेकरून तिला सुरक्षित वाटाव. पण तिनेच सांगितल दार लाव.

तिला टेबलावरचा कागद दिसतो “फक्त तुझ्याचसाठी प्रतीक्षा” अस लिहिलेला. तू अजून करतोस कविता ? माझ्यासाठी ? तिने डोळे मिटले आणि टपकन डोळ्यातल पाणी पडल आणि कशाचा हि वेळ न घेता तो बोलला मी अजून जगतोय ही फक्त तुझ्याचसाठी......

3

आठवण !

(आता बाहेर पाऊस पडायला सुरुवात झालेली) आज, आता, अस जवळ आहोत. बाहेर पाऊस पडायला लागलाय. तुला आठवतय का ग बघ बर, तेव्हा तू भिजत होतीस म्हणून मी माझ्या दोन वह्या तुझ्या डोक्यावर धरून मी भिजत होतो. आपण एका बाजूला जाऊन थांबलो. वह्या अक्षरशः फाटल्या आणि नंतर कळाल जरा अजून माग गेलो असतो किंवा नुस्त जागेवरून माग बघितल असत तर दिसल असत माग एक झाड होत आणि त्याच्या खाली सगळ कोरडच होत.

माझा अभ्यास, माझ्या मित्राचा अभ्यास सगळा पाण्यात गेला पण तुझ्या सिल्की केसांचा जो काही कर्ली अवतार झाला होता...खरच खूप सुंदर दिसत होतीस तू तशी. तुझ्या नाकावरून ओघळणार पाणी तुझ्या ओठांवर टपकण पडत होत. आणि हाताची घडी घालून तू भिजलेली माझी प्रतीक्षा थरथर कापत होतीस. माझ्याकड नेमके पैसे नव्हते. तुला मी विचारलं "पैसे आहेत का?" आणि तू मला वीस रुपये काढून दिलेस. ते वीस रुपये मी माझ्या ओल्या हातात अगदी ऐटीत धरून तुला घेऊन चहाच्या टपरीवर घेऊन गेलो. तिथ त्याला पैसे रुबाबात देऊन दोन कटिंग घेतले. तू चहा पिलास आणि तुझी थंडी ओसरली. पैसे तुझेच होते पण मी माझ्या पैशान तुला चहा पाजून तुझी काळजी घेतली अशा नजरेन तू माझ्याकडे बघत होतीस.

(अजिंक्य)

हे बघ अजिंक्य, माझ लग्न झाल, मला मुलगी झाली, मी संसारात बुडाली म्हणून हे सगळ मी विसरले अस होत नाही. किती काहीही झाल तरी तू माझ पहिलं प्रेम आहेस. नाही विसरू शकत तुला मी. मी मेल्यावरच तुला विसरेन.

(प्रतीक्षा)

एssए अस नको ना बोलू मला भीती वाटते. हे बघ माझे हात कापतायत अस नको बोलत जाऊ. नाही सहन होत मला माहितीय ना. हव तर मी पहिलं मरतो पण मला नाही सहन होणार तुला काय झालेलं. आणि हे अस बोललेलं पण नाही चालणार मला. (अजिंक्य)

हे बघ अजिंक्य तू इथ कशासाठी मला बोलावलं आहेस हे माहितेय मला पण तरीही सांगते मी ते काहीच करू शकत नाही. अरे मी मनान तुझी आहे. पण शरीरान आता माझ्या नवऱ्याची झालीय. (प्रतीक्षा)

बर...म्हणजे आधी शरीरान आणि नंतर मनान हि होशील. मग ? (अजिंक्य)

अरे लाख माझ मन जाईल त्याच्याकड पण फिरून तुझ्याच जवळ येणार आहे. तू माझ पाहिलं प्रेम आहेस अजिंक्य. आणि तुला काय वाटत फक्त तूच मला आठवत बसतोस ? मी तुला विसरले ? मला तर तू सतत आठवतोस माझ्या मुलीला मी हाक मारली कि. आपण दोघांनी ठरवलेलं आपण लग्न केल कि एका मुलीला दत्तक घेऊन तीच नाव सारा ठेवायचं नवऱ्याला माझ्या नाही आवडली हि गोष्ट मी सांगितली होती तेव्हा. पण मी तुझी आठवण म्हणून तीच नाव साराच ठेवल.

हे बघ प्रेम तूच करतोस अस नाही मीही तुझ्यावर अजून तितकच प्रेम करतीय. पण या संसारात कधीतरी विसरते मी तुला. कारण त्याचा त्रास मलाच होतो. आधीही मला त्रास द्यायचास बोलून आणि आता आठवणीत आलास तरी त्रासच होतो मला तुझा पण...

4

पुनः लग्न ?

हे बघ प्रेम फक्त तूच करतोस अस नाही मीही तुझ्यावर अजून तितकच प्रेम करतीय. पण या संसारात कधीतरी विसरते मी तुला. कारण त्याचा त्रास मलाच होतो. आधीही मला त्रास द्यायचास बोलून आणि आता आठवणीत आलास तरी त्रासच होतो मला पण या त्रासात हि एक आनंद मिळतो मला. एक आनंद मिळतो कि तू माझ्या मनातून अजून कुठेही गेला नाहीस.

खूप काही गोष्टींना मी विसरायचं म्हंटल ज्या आपल्या दोघात घडल्या पण नाही रे विसरता येत काही. काय करू मी ? हे बघ आणि मला मुद्दाम अस वागायचं नव्हत पण तुझ्या चुकीमुळ मला असुरक्षित वाटल. तुझ्यावर मी प्रेम केल आणि मला ही चूक वाटली यात माझा दोष काय ?

म्हणून मी लग्न केल आणि मला आता वाटत तुही लग्न करून घ्याव. हव तर मी माझ्या मैत्रीणींमधली बघू का तुला एक. म्हणजे कस ती तुझी काळजी घेईल म्हणजे मीच सांगेन तिला आणि महत्वाची म्हणजे ओळखीची असेल. हे बघ या आताच्या घडीला तुला वाटत असेल की मी तुझ्याकडे सगळ सोडून याव. तुला मी माझ म्हणाव तर अस होणार नाही.

मी माझ्या नवऱ्याला त्याच्या आई-बाबांना सोडू शकत नाही. आणि माझ्या मुलीला त्या घरी ठेवून किंवा माझ्यासोबत घेऊन येऊ शकत

नाही. (प्रतीक्षा)

मी सांभाळेन तिला. माझीच मुलगी मानून. खूप काळजी घेईन तिची. हव तर......हव तर आपल बाळ नको जन्माला घालायला. मी तिला माझ नाव देईन. असही ती अजून लहान आहे नाही कळणार तिला. मी खरच सांगतो माझी मुलगी मानून तिला मी सांभाळीन. (अजिंक्य)

हो तुझीच आहे ती. पण नाही होऊ शकत अस काहीच. तू समजून का घेत नाहीस. हाच स्वभाव मला आवडत नाही. प्रत्येक वेळीस तुझच खर करतोस तू. माझ कधी ऐकून घेतल नाहीस. तुझ्या हो ला मी हो म्हणायचं अरे मान्य आहे मला इतकी समज नाही पण कधीतरी तुझ पण चुकू शकत ना ? आणि हे मला कळल्यावर मी का तुझ्या हो ला हो द्यायचा ? सांग मला ?(प्रतीक्षा)

मला तुझ्याशी लग्न करायचं आहे . नाहीतर मला कोणीच नको. या आयुष्यात प्रेमाचा शोध घेत मी तुझ्यापर्यंत येऊन पोचलो. जेव्हा कळत नव्हत तेव्हा पासून प्रेम तुझ्यावर करायला लागलो. आणि आता तूच अस म्हणालीस तर मी कुणाकड बघायचं सांग मला तूच ? (अजिंक्य)

आणि बाहेर पावसाचा जोर वाढला दोघांच्या बोलण्याचा आवाज बारीक झाला कारण पावसाच्या सरींचा आवाज कित्येक पटीने वाढला. खिडकीतून पाणी आत यायला लागल खाटेवर. अजिंक्यने जाऊन खिडकी लावली. तेवढ्यात

एक उपाय आहे. तो केला तर मी तुझी होईन (प्रतीक्षा)

कोणता ???? (अजिंक्य)

5

गरज वाटतेय !

पावसाने जोर धरला आणि त्याच्या मनात बरेच प्रश्न यायला लागतात. मघापासून तो तिच्या जवळ जाण्यासाठी आसुसलेला असतो. पण तिच्या एका वाक्यान त्याच्यातली सगळी मिलनाची भावना विरून जाते. आणि त्याच लक्ष तिच्याकड लागून राहत. पण प्रतीक्षा मान खाली घालून हातातली बांगडी माग सरकवत एक सारख त्या बांगडीला बघत राहते.

काय झाल सांग ना ? काय उपाय आहे ? काय करू मी म्हणजे मी तुझा होईन आणि तू माझी होशील ? आता असा अंत नको बघू प्रतीक्षा प्लीज बोल. बाहेर पावसाच पाणी आणि इथ माझ्या मनातले प्रश्न दोघ हि बरसतायत जोराने. लागतायत. भिजतोय मी. (अजिंक्य)

मला एकदा मिठीत घेशील अजिंक्य ? प्रेमाने नाही असच. गरज वाटतीय. (प्रतीक्षा)

हे काय आता मधेच ? मी इतका वेळ ठेवला न संयम मग हे काय बोलतियस आणि तू उपाय सांग मग घेईन (अजिंक्य)

सांगते न तू घे तर जवळ. तू घेणारेस का नाही ? आणि गरज मलाच आहे अस नाही तुला हि आहे तुझ्या डोळ्यात आल्यापासून दिसलय मला. आणि नसेल घ्यायचं तर मी हि नाही उपाय सांगणार (प्रतीक्षा)

अजिंक्य तिला जवळ घेतो. दोघ खाटेवर बसलेली असतात. अजिंक्य पाय खाली सोडून आणि तिच्यापासून लांब जरा बसलेला असतो

तिच्याजवळ सरकून तिला जवळ ओढतो खांद्याला धरून.

असली कसली रे तुझी मिठी ? निट धर काय झाल इतका वेळ उतावळा झालेलास काय करू आणि काय नको माझ्यासोबत अस तुझ्या मनात चाललेलं आणि आता हे काय आता संपली का भावना ? (प्रतीक्षा)

अजिंक्य उठतो आणि तिचा हात धरून तिला उठवतो. ती त्याच्याकडे आणि तो तिच्याकडे बघतो. पण तो तिला मिठीत घेत नाही ती त्याच्या जवळ जात नाही दोघांचे दोन हात फक्त एकमेकांच्या हातात गुंतून पडतात.

प्रतीक्षा, या मधल्या काळात मी मिठी मारली उशीला तू समजून. आरशात बघून स्वतःशी बोललोय तू समोर आहेस मानून. माझ्या हातावर मीच हात फिरवला तुझा स्पर्श समजून आणि आज या घडीला तू समोर आहेस पण नाही ग इच्छा होत. काहीतरी राहिल्यासारख काहीतरी हरवल्यासारख वाटतय. माझ मन आज तुला शोधत कुठ गेलय काय माहीत आणि तू माझ्या अशी पुढ्यात आहेस. काय करू मी डोळ्यातल पाणी अडवू ? का गच्च मिठीत साठवू ? का माझ्या मिठीत धरून ठेवू इतक घट्ट कि, दोन श्वासांशिवाय आपल्या काहीच त्या मिठीत ये जा करू शकणार नाही ? काय करू मी ?(अजिंक्य)

मला तुझ बनव आज. पुन्हा एकदा नव्यान माझ्यावर प्रेम कर. विसर मला मी कोण आहे. विसर पहिलं प्रेम. विसर त्या आठवणी. बस फक्त तू आणि मी आहोत इथ इतकच ध्यानात ठेवून मला आपलस कर. हेच हवाय न तुला ? मी तयार आहे. मी जाणार होते पण पाय निघत नाही इथून. तुला हात लावला तर अनोळखी वाटलास रे. आणि मी नाही तुला अनोळखी म्हणून लक्षात ठेवू शकत. तू माझा आहेस. तू माझ पहिलं प्रेम आहेस. मला माहित नाही तुझी मर्जी असो नसो मला तुझ बनव लवकर. मी चुकीची वाटत असेन पण हि वेळ पुन्हा नाही येणार आणि बहुतेक मी पण नाही येणार परत. तीन वर्षानी आज आपण भेटलोय असा जर वेळ लागणार असेल एका भेटीसाठी तर मी फक्त तुझ्या मिठीला नाही आठवण बनवू शकत. मला तू हवायस. तुझा स्पर्श माझ्या प्रत्येक अंगाला आणि तुझा जड झालेल्या श्वासाला मला माझ्यात ओढून घ्यायचय.

(प्रतीक्षा)

अजिंक्य भरल्या डोळयाने तिला बघतो आणि तिच्या डोळयातल पाणी कधी तिच्या हनुवटी वरून घरंगळत जातं कळत नाही. तेवढ्यात बाहेर मोठा प्रकाश पडतो. काचेच्या खिडकीवर तो प्रकाश स्पष्ट दिसतो पण हे दोघ एकमेकांच्या डोळयातच रमून असतात. आणि एकच जोरात आवाज येतो वीज चमकल्याचा. अजिंक्य भानावर येतो आणि त्या सरशी प्रतीक्षा त्याच्या मिठीत घाबरून जाते. घाबरायला ती काय आता लहान नाही पण मिठीत शिरायला एक चांगला बहाणा तिला मिळाला. अजिंक्यच्या शर्टाला घट्ट ओढून धरत तिने त्याला मिठी मारली आणि त्यान तिच्या केसात हात नेऊन ताकदीन घट्ट केस ओढून तिला जवळ ओढलं आणि नेहमी सारखा पावसाचा जोर वाढल्यामुळे लाईट गेली. आणि ....

6

अंधारात ही दिसतं !

त्या अंधारात एकसारखा पावसाचा आवाज येत होता. अंधार असला काही दिसत नसल तरी अजिंक्यला प्रतीक्षा आणि तिला अजिंक्य जाणवत होता. कळत होता किंबहुना प्रेमाच्या मिठीत बुडाल्यामुळे ते एकमेकांना दिसत हि होते. पुन्हा तोच तो खिडकीवर लख्ख प्रकाश पडला आणि त्या प्रकाशात प्रतीक्षाला दिसलं अजिंक्य तिच्याकडच बघत होता. त्या एक सेकंदाच्या प्रकाशात नजरा-नजर झाली आणि प्रकाश गेला. जोरात विजेचा आवाज झाला. त्या सरशी प्रतीक्षा अजिंक्यच्या मिठीत शिरली. अजिंक्यने तिला घट्ट पकडलं. आणि त्याने तिला घट्ट पकडल आणि तसाच मिठीत घेऊन तिला चालू लागला खाटेच्या दिशेने.

घरात अंधार होता. तिच्यासाठी ती खोली नवीन होती. पण अजिंक्यची ओळखीची होती. त्याला अंधारात हि माहित होत कुठ आहे खाट. तो तिथ पोचला. मिठीतल्या अवस्थेत प्रतीक्षाच्या पायाला खाट टेकली. आणि तिन मिठी सैल केली. खाटेवर तिरक पडत त्याला जवळ ओढल. पावसाचा जोर वाढतच चाललेला. मगाशी लावलेल्या खिडकीतून थोड थोड पाणी त्या खाटेवर उडतच होत.

प्रतीक्षा झोपली तस तिच्या तोंडावर गार पाणी उडत होत. पण कुठून पडतय दिसत नव्हत. अजिंक्य कुठ आहे हे हि दिसत नव्हत. तिने हाताने चाचपडून बघितल. आणि अजिंक्यचा हात जाणवला. तिने

हाताला पकडून त्याला जवळ ओढायला हिसका दिला त्या सरशी अजिंक्य तिच्या कवेत गेला. थंड श्वास. आणि अंगावर उडणार खिडकीतून थंड पाणी. दोन हृदयांची होणारी धडधड. या सगळ्यात आता दोघ हि एकमेकांना सावरू शकत नव्हते. त्याने तिच्या केसातून कपाळावरून नाकावरून हात फिरवत ओठांपर्यंत आणला. आणि तो तसाच छाती पर्यंत जाणार तोच परत प्रकाश पडला. खिडकीवर नाही प्रतीक्षाच्या शेजारून. तिचा मोबाईलचा प्रकाश पडत होता. ती अजिंक्यला बाजुला करून फोन उचलते. घरून आईचा (सासू) फोन आलेला असतो कि साराचा क्लास सुटला आहे आणि ती एकटी तिथ थांबलीय वाट बघत, कुठ आहेस तू आणि बरच काही बोलल्या ओरडल्या ही. मोबाईल हातात पकडून अजिंक्यला सांगते. मी निघते.

अजिंक्यला सुचत नाही. मोबाईलच्या प्रकाशातही गोरीपान प्रतीक्षा त्याला दिसत होती. तो तिच्या जवळ सरकून तिच्या खांद्याच चुंबन घेतो पण ती त्याला सांगते बस मला जायचं आहे. तो तिला म्हणतो इतक्या पावसाच तू जाणार कस ? छत्री पण आणली नाहीस. मी देऊ का ? नको परत छत्रीच्या बहाण्याने मला इकड याव लागेल (प्रतीक्षा)

मग यायचं नाही का पुन्हा तुला ? (अजिंक्य)

माहित नाही पण प्लीज मला नको पुन्हा प्रेम करायला भाग पाडू तुझ्यावर

(प्रतीक्षा)

मी नाही तू केल आहेस वेडं या काही वेळात, मी काय करू तू जाशील इथून मी कुठ जायचं ? तुझ्या मनात तुझा नवरा आहे, तिथ ही मी येऊ शकत नाही. मी कुठ जायचं सांग न मला ? उत्तर दे आणि जा. (अजिंक्य)

प्रतीक्षा चाचपडत कडी शोधते. अजिंक्य तिच्या माग जाऊन तिला मिठी मारतो आणि तिच्या हाताला धरून तिच्याच हाताने कडी उघडतो आणि ती दार उघडून त्याचा पोटाला असलेला हात काढून 'जाते' अस म्हणून निघून जाते. सगळा काळाकुट्ट अंधार असतो, खोलीत पण आणि बाहेर ही. ती मोबाईलच्या लाईटने पायऱ्या उतरत जाते. तो दार लावून घेतो. आणि खिडकीवर पुन्हा प्रकाश पडतो आणि तसाच काहीतरी खुडबुड

करून तो छत्री काढतो चप्पल घालतो आणि दाराला कडी घालून खाली निघून जातो.

प्रतीक्षा रिक्षा दिसण्याची वाट बघत असते. एका देवळाच्या आडोशाला उभी राहून. तिला पुन्हा आईचा (सासू) फोन येतो. ती उचलत नाही. एव्हाना ती खूप भिजलेली असते. आणि पाउस थांबतो. पण पावसाचा आवाज येत असतो. कस काय ?

अजिंक्य तिच्या माग तिच्या डोक्यावर छत्री घेऊन उभा राहतो. ती म्हणते का आलास. मी जाते माझी मी.

कशी ? भिजत ? (अजिंक्य)

हो (प्रतीक्षा)

आधीही नाही मला आवडल कधी आणि आताही नाही आवडणार तू पावसात भिजलेली तुला सर्दी होते. साध रविवारी तू केसं धुतली तरी तुला सर्दी होते आणि बघ किती भिजलीयस. (अजिंक्य)

आहे लक्षात अजून ? (प्रतीक्षा)

काय नाही लक्षात मला सांग सगळ आहे फक्त तेव्हा बोलून दाखवलं नाही आणि दाखवायचं हि नाही पण तुला विसर पडलाय म्हणून मनात नसताना हि बोलून दाखवाव लागतय. बर चल उशीर होईल सारा तिथच आहे. तिथ पर्यंत सोडतो तुला. (अजिंक्य)

तू नको भिजू आत ये जवळ माझ्या. दोघ चालत राहतात घोट्या एवढ्या पाण्यात अलगद पाय टाकत...

7

दोघात अंतर झाल !

रस्त्यावर अंधार आहे. अगदी मुख्य रस्त्यावर ते दोघ नसतात त्यामुळे गाड्यांचा राबता हि तिथ नव्हता. पूर्ण शुकशुकाट. फक्त पावसाचा जोर आणि पावसाचाच आवाज. एकाच छत्रीत चालताना अजिंक्यने छत्री धरलेली डाव्या हातात पण चालताना अवघडत होत त्याला. त्याची गैरसोय बघून प्रतिक्षाने त्याचा उजवा हात तिच्या कमरेजवळ घेतला. अजिंक्यने तिच्याकड बघितल आणि तिने नजर चोरून घेतली. त्यान अलगद ठेवलेला कमरेवरचा हात अजून घट्ट केला. एक शहारा आला प्रतीक्षाला. त्या सरशी शहाऱ्याच्या झटक्याने ती छत्री बाहेर गेली आणि पटकन तिला आत अजिंक्यने ओढल.

दोघ एकमेकांना बिलगली. नकळत दोघांची मिठी झाली. तिने डोळे मिटले. आणि अजिंक्यचा हात कमरेपासून खांद्यापाशी आला आणि एका पुरुषी हातान तिला कधी जवळ घेऊन तिच्या ओठांवर ताबा मिळवला दोघानंही कळाल नाही. तिला भान आल. तिन त्याला दूर करण्याचा प्रयत्न केला पण त्याने इतक घट्ट धरलेलं तिला कि तिला त्याची मिठी आणि तिचे ओठ दोन्ही सोडवता आल नाही. पण आता सहन होत नव्हत तिला. तिला भान आल हि नसत पण अजिंक्यने एका हाताने मारलेली मिठी त्या प्रेमात वहावत जाताना त्याच्या हातून खाली छत्री पडली दोघ भिजत होते.

तिने पुन्हा त्याला प्रतिकार केला. त्याला शुध्द आली काही न विचार

करता खाली बघितल आणि छत्री उचलून तिच्या डोक्यावर धरली. ती ओल्या साडीच्या पदराने चेहरा पुसू लागली. त्याने तिचा हात धरला आणि तिच्या जवळ तोंड करून चेह‍र्यावर असलेले पाण्याचे थेंब तो ओठांनी टिपत होता. तिला कस तरी होत होत. नको वाटत होत तिला अजिंक्यला सोडून जावस. पण सारा एकटी होती तिकड. तिने सांगितल नको बास आता अजिंक्य आणि अनोळखी सारखा तो लगेच बाजूला झाला. तिच्या डोक्यावर छत्री धरून स्वतः निम्मा छत्री बाहेर झाला. दोघात अंतर झाल.

काय माहित प्रतीक्षालाच काय वाटल तिन त्याला जवळ बोलावलं. दोघ चालत राहिले. चालताना मधेच प्रतीक्षाने पाण्यात जोरात पाय आपटला. पाणी अजिंक्यच्या अंगावर उडालं. प्रतीक्षा खूप मोठ्याने लाडिक अस हसली. त्याला हि मजा वाटली. त्यान हि तिच्या डोक्यावरची छत्री बाजूला घेतली आणि ती लहान मुलीसारखी छत्री डोक्यावर ओढून त्याच्या जवळ गेली.

क्लास जवळ आलेला आणि चेहरा तिचा अजून ओलाच होता पण तरी तिच्या डोळ्यातल पाणी अगदी स्पष्ट आणि वेगळ दिसत होत.

काय झाल तुला रडायला ? माझ काय चुकल का ? (अजिंक्य)

मी नव्हते तर कसा जगाला असशील रे तू . मला आता माझीच लाज वाटतीय मी इतक सार तुझ प्रेम हरवून बसले. प्रेमाला मुकले तुझ्या मी. आणि शिक्षा मिळाली रे तुला कुणामुळ तर माझ्यामुळ. जी तुझ्यावर मनापासून प्रेम करते. जिच पाहिलं प्रेम तू आहेस अशा मुलाला त्रास होतो कुणामुळ तर ती मीच आहे. मला नाही कस तरी वाटतय अजिंक्य. काय करू मी. मला तू शिक्षा दे प्लीज. मी शिक्षा भोगेन. (प्रतीक्षा)

नाही, मी काय तुला शिक्षा देणार. तू माझी व्हावीस इतकीच इच्छा होती आणि अजून हि आहे. होशील का माझी ? (अजिंक्य)

ते कस शक्य आहे. मी सांगितल न नाही येवू शकत मी सगळ सोडून तुझ्याकड. (प्रतीक्षा)

मग लग्न नाही पण अस तरी भेटू शकतेस न तू मला त्यात हि मी खुश राहीन.

(अजिंक्य)

नाही अजिंक्य मी माझ्या नवऱ्याला फसवू नाही शकत त्याला जर का कळाल तर, तर मी कुठ जायचं . तो मला घराबाहेर नाही काढणार पण माझ्याकड लक्ष नाही देणार. नवरा असून मी विधवा होईन. माझ्या मुलीच्या भविष्याचा प्रश्न पडलाय मला. नाही मी करू शकत काहीच चुकीच. तू लग्न कर. (प्रतीक्षा)

कुणाशी तुझ्याशी ? (अजिंक्य)

नाही रे मजा करायची वेळ नाही हि. समजून घे गांभीर्य तू कर खरच लग्न कर बघ तुही जाशील मला विसरून. बायकोच्या प्रेमाने तुला बर वाटेल नको है असले विचार. हे बघ माझ पाहिल प्रेम तूच राहणार आहेस कायम. मी भेटेन न कधीतरी पण फक्त शरीराची भूक भागवायला नाही. मी भेटेन तुला खूप काही शेअर करायला तेव्हा तुझ्या डोळ्यात मला आनंद हवाय. प्लीज. (प्रतीक्षा)

दोघ चालत असतात. अजिंक्यचा हात तिच्या कमरेवरून आता बाजूला झाला. एक प्रकारचा त्याला थकवा आला. अंगातून त्राण गेल. तो मान खाली घालून चालत होता तिच्यासोबत.

मग तू मला भेटणार नाहीस का पुन्हा ? (अजिंक्य)

अस म्हंटल आहे का मी ? (प्रतीक्षा)

तू काहीही कर फक्त आनंदी जग. तू तिकड आनंदी असशील तर मी इकड आनंदी असेन. मी प्रेम तुझ्यावर केल आणि शेवटपर्यंत तुझ्यावरच करेन. पण आपल भेटण नको बंद करू. "प्रेमाची शप्पथ आहे तुला " आपल्या. मी नाही जगू शकणार जास्त दिवस (अजिंक्य)

एऽए अस नको म्हणू मी हि नाही जगू शकणार तुला काय झाल तर .(प्रतीक्षा)

मग इतके वर्ष कशी जगलीस तू माझ्याशिवाय ? (अजिंक्य)

तुझ्या आठवणीत (प्रतीक्षा)

अजिंक्यच लक्ष दोघांच्या एकसारख्या चालणाऱ्या पावलांकड होत.

मला वचन दे तू पुन्हा येशील मला भेटायला आणि अचानक तिची दोन पावलं त्या छत्रीतून गायब झाली. त्याने शेजारी बघितल. ती नव्हती. त्याच लक्ष पुढ गेल. एक मोठा प्रकाश पडला. विजेचा आवाज झाला.

बोलण्यात इतकावेळ पावसाचा आवाज कुठेतरी हरवलेला पण आता पावसाचा आवाज जरा जास्तच येत होता. प्रतीक्षा पुढ जाऊन एकापाशी थांबली. आणि तो तिचा नवरा होता साराला सोबत घेऊन. त्यान बघितल होत अजिंक्य आणि प्रतीक्षाला एकत्र. त्याला भीती वाटली आणि डोळ्यात पाणी आल प्रतीक्षा वचन न देताच निघून गेली. त्याला वाटल ती आपल्याकडे वळून बघेल पण नाही बघितल. नवऱ्यापुढ तिन त्याला परक केल. इतक्या वेळेचा सहवास ती क्षणात विसरून गेली. त्यान छत्री बंद केली आणि उभा राहिला भिजत. अजिंक्यला पुन्हा तोच प्रश्न पडला. आता मी जायचं कुठ ?

8

कायमची कधी येणार ?

आज गुढीपाडवा. पण त्याला काय घेणदेण नाही सणांचं. आज खूप दिवसांनी म्हणजे नक्की सांगता येत नाही पण तरी ४/५ महिन्यांनी असा निवांत घराबाहेर पडलेला. सकाळचे नऊ वाजले असतील. तर तो जात असतो रस्त्यावरून प्रत्येकाच्या घराबाहेर धावपळ चाललेली असते. गुढी उभारायची. लगबगीने वस्तू आणून देणारी आई बाबा. नवरा स्टुलावर, खुर्चीवर, भिंतीवर, पत्र्यावर वर चढून गुढी लावताना त्याला काळजीने सांगणारी त्याची बायको आणि आजूबाजूला आनंदी त्यांची मुलं. त्याला अप्रूप वाटत होत. आपल हि असच असत जर का आपल लग्न झाल असत. अशा विचारात तो प्रत्येक घराची हि गोष्ट बघत चाललेला असतो. आणि त्यात रस्ता भरकटतो.

चालत चालत त्याला त्याची ती आठवू लागते. जिणे त्याच्यासोबत लग्न करायची शपथ घेतली होती. सोबत एकत्र राहाण्याच वचन दिल होत. आणि त्यात ह्याने हि तिला तीच वचनं , शपथा घेऊन प्रेमाला टिकवलेल पण , काही गैरसमजान सगळ मातीमोल झाल. तो अजिंक्य होता. आणि ती प्रतीक्षा होती.

रस्त्याने चालताना सकाळचा माणसांचा वावर काम होता रस्त्यावर. जो तो आपापल्या घरात होता. आणि असच इकड तिकड बघत बघत

असताना अचानक अजिंक्य थांबला. आणि पुन्हा तसाच एक प्रसंग दिसला. एक नवरा बाल्कनीच्या कट्ट्यावर उभा राहून जीवाशी खेळ करून गुढी बांधत होता. त्याची बायको त्याला ताकदीने घट्ट धरून उभी होती. एक मुलगी हातात फुल घेऊन उभी होती आणि आई खुर्चीवर बसलेली. बहुतेक वयामुळ जास्त वेळ उभ राहता येत नसेल. अस सगळ बघत असताना तो रस्त्याच्या आतल्या बाजुला सरकला आणि बघत राहिला. त्या नवऱ्याने एक एक वस्तू कळकाला

(बांबू) लावली. मग त्याने साडी लाऊन तिला तांब्या मागितला. नवऱ्याला सोडून तिने अलगद पटकन खाली वाकून ताटातला तांब्या उचलला आणि पटकन आधी नवऱ्याचे पाय पकडले आणि आणि हात वर केला तांब्या द्यायला. अचानक पुढ लक्ष गेल तीच खाली.
आणि अंगातल अवसान निघून गेल. तिच्या. समोर खाली अजिंक्य उभा होता आणि त्या बाल्कनीत ?
प्रतीक्षा होती. नकळत अजिंक्य रस्ता भरकटला पण त्याला तीच घर समजल. तो तिला बघत होता. माघून आईचा आवाज सुरु झाला. तिने स्वतःला सावरत तांब्या उचलून नवऱ्याला दिला. डोळ्यातून पाणी टप-टप पडत होत. पण दोन्ही हात नवऱ्याला आधारासाठी गुंतलेले. अजिंक्य हि तिला बघत होता. पण जस त्याला जाणवलं तिच्या डोळ्यात पाणी आलंय तस तो माघारी वळून निघाला. तिच्या ओठांपर्यंत आलेल अजिंक्य थांब म्हणून पण नवऱ्याने मागच्या वेळेस तिला माफ केल पण आता नाही करू शकणार. सणासुदीचा दिवस त्यात अपशकून नको घडायला या विचाराने तिन मनाला आवर घातला. अजिंक्य रस्त्याने फक्त प्रतीक्षाला आठवत चालत होता. सगळ जग विसरला तो. जिच्यासाठी मी खूप काही केल. जिच्यावर मी खूप प्रेम केल. जिच्यासाठीच फक्त मी जगतोय अशी ती आज इतकी सुंदर दिसतेय, कुणासाठी तर तिच्या नवऱ्यासाठी. या विचाराने त्याच्या मनात घाव पडत होते. पण स्वताला सावरत तो घरी आला. वर घरात जाताना पायऱ्या पण त्याला चढवत नव्हत्या. त्या कशातरी चढून दार उघडून आत आला दाराला कडी लावली आणि रडत झोपून गेला. अख्खा दिवस झोपण्यात गेला. संध्याकाळी सहा वाजता अजिंक्यला जाग आली तो

उठून आवरून बसला चित्र काढत. तिच्या त्या मस्कारा लावलेल्या डोळ्याचं तो चित्र काढत होता. तिचे पाणावलेले डोळे त्यान चित्रात अगदी साफ काढले आणि तो मात्र आत्ता पाणावलेल्या डोळ्याने ते चित्र काढत होता.

दार वाजत. तो जाऊन दार उघडतो. एक मुलगी दारात उभी असते छोटीशी. ती त्याला गुढीपाडव्याच्या शुभेच्छा बोबड बोलून देते. या आधी त्यान तिला त्याच्या आसपास नव्हत बघितल. त्यान तिला विचारल नाव काय तुझ बाळा ? आणि तिन उत्तर दिल "साला" (सारा) आणि दोन मिनिट अजिंक्य स्तब्ध झाला. तिच्या डोक्यावर हात ठेवणार तोच बाजूला थाबलेली प्रतीक्षा त्याच्या समोर येते.

खूप सुंदर दिसत होती ती सकाळी होती त्यापेक्षा पण जास्त सुंदर वाटत होती आत्ता ती. ती आत शिरते न विचारता. साराला घेऊन खाटेवर बसते. खिडकी उघडते. जरा गार वार आत येत. तो जाऊन पटकन पंखा लावतो आणि तिच्या समोर खुर्ची ठेवून त्यावर बसतो.

दोघ बोलू लागतात. तो साराला कागद पेन्सिल देतो ती चित्र काढत बसते वाकड-तिकड.

हिला पण चित्राची खूप आवड आहे तुझ्यासारखी. (प्रतीक्षा)

मला चित्राची नाही तुझी आवड आहे. (अजिंक्य)

मोर, गणपती, नारळाच झाड आणि घर खूप छान काढते चित्र.

तू खूप छान दिसतीयस. खूप सुंदर.

तुझ्यासाठी आलीय मी आवरून. हेच हव होत न तुला.

   हो पण साराला का आणला सोबत ?

मला पुन्हा ते नव्हत करायचं. जे मागच्यावेळीस झाल म्हणून तुला सावरता येईल हिला बघून म्हणून आणल.

   खूप रडलो आज मी तुला आठवून .

   आणि आता रडायचं नाही मी आलीय न तुझ्याकडे.

कायमच कधी येणार ? (ती) निशब्द .....

9

सवय आहे मोडेल कशी ?

सारा चित्र काढतीय. तिला या दोघांच बोलण काही समजत नाहीये. त्यामुळे या दोघांना हि विषयाच बंधन नाही.

मला सांग तुला माझी लग्नाची पत्रिका मिळालेली का ?

(शांत सुरात) हम...

हम काय ? हो का नाही ? नक्की मिळाली असेल ना. का आला नाहीस मग लग्नाला ? ?

आठवतंय का कासच्या रोडला एकदा कट्ट्यावर बसलेलो आपण संध्याकाळी तेव्हा मी एक चित्र काढलेलं आपली पत्रिका कशी असेल त्याच. म्हणजे वर लिहायचं जय श्रीराम. श्री गणपतये नमः ते अगदी जय शिवराय. मग खाली गडद तुझ माझ नाव. कुलकर्णी यांची मोठी कन्या प्रतीक्षा आणि भोसलेंचा एकुलताएक सुपुत्र अजिंक्य आणि हे नाव गडद करायला पेनाने तीनचार वेळा आपल नाव गिरवलेल मी. पत्रिकेच्या बाजूला एक गोंडस गणपती. आणि खाली असच काहीतरी लिहिलेलं. तुला ती डीझाईन आवडली आणि अशीच पत्रिका छापू अस आपण ठरवल. लग्न तुझ माझ होणार होत. पत्रिका आपल्या लग्नाची छापली जाणार होती. आणि चि.सौ.कां. प्रतीक्षाच्या समोर चि.अजिंक्य नाव लिहिल जाणार होत. पण लिहिल का ? नाही. अजिंक्य ऐवजी

अमित आल नाव. लग्न तुझ माझ झाल नाही. मग मी कशाला यायचं ? तुझ्या लग्नाच जेवण करायला ? आणि हो आली मला पत्रिका. जपून ठेवली मी. लग्न होई पर्यंत ठेवायची असते निट पत्रिका शुभ शकून असतो ना पण तुझ लग्न झाल तुझा हनिमून असेल त्या रात्री मी जाळून टाकली ती. काय करणार होतो जपून सांग मला. तुझी चित्र, तुझ्यासाठी लिहिलेल्या कविता,चारोळ्या,शेर सगळ सफशेल वाया गेल आहे. त्रास मला झाला मला होतोय आणि वर तू अपेक्षा करतेस मी लग्नाला यायला हव होत तुझ्या. वा..... चांगल आहे प्रतीक्षा.

पण मला तुला बघायचं होत ना.

आणि मला तुला बघायचं नव्हत. त्या आमित सोबत हातात हात घेऊन होमात आहुती देताना. रेशीमगाठ बांधून सप्तपदी चालताना. सात फेऱ्यांच्या सात वचनांना नव्हत ऐकायचं मला.

तू इतका का त्रास करून घेतोयस कळत नाहीये मला. अजूनही वेळ गेली नाहीये. तुही कर लग्न. मी म्हणते का कि मला विसरून जा किंवा मला भेटू नको. उलट मी भेटायला आले ना मागच्यावेळीस नवऱ्याला सापडलो आपण तरी.

काय झाल तुझ ? काय बोलला का अमित ? काय झाल ? सांग.

त्याला सांगितल म्हंटल शाळेतला मित्र आहे. वाटेत भेटला. माझ्याकडे छत्री नव्हती म्हणून त्यान मला आसरा दिला बाकी अस काहीच नाही. त्याला पहिल्यांदा पटल नाही. त्यान दोन दिवस माझ्याकड दुर्लक्ष केल पण नंतर काय वाटल त्याच त्याला काय माहित पण बोलायला लागला परत. पण तरी आज मी जोखीम घेऊन आले तुला भेटायला. खास तुझ्यासाठी आवरून. तुला नाही का आवडले मी ?

का ? कोण म्हंटल अस ?

मीच म्हणतेय आल्यापासून आता बोलशील मग बोलशील वाटल पण बोललाच नाहीस कि मी कशी दिसते.

खूप खूप खूप खूप सुंदर. चंद्रान लाजाव तुझ्याकडे बघून. आकाशान झुकाव तुझा तोरा बघून. गुलाबान सुकून जाव तुझ्या ओठांकडे बघून झाडांनी मरून जाव तुझ्या साडीचा तजेलदार रंग बघून आणि

बस बस......तू पण ना. सवय गेली नाही वाटत अजून तुझी.

सवय आहे ती. मोडेल कशी ?

मला तुला असच आनंदी बघायचं होत. तुझ्या डोळ्यात माझ्यासाठी प्रेम बघायचं होत. दिसल मला. मी निघू ? चल बाळ सारा जाऊ आता आपण घरी. बाबा वाट बघत असेल.

यायचं ते यायचं वर अस निम्म्यात सगळ सोडून जायचं का अस वागतेस ?

नको अजिंक्य. नको पुन्हा ती चूक.

चूक ? म्हणजे माझ प्रेम चूक आहे का ? तू अमितशी लग्न करून मुलगी झाली तुला. मला दिलेला न तुझ्या शरीरावर तुझ्या मनावर ताबा मग तू त्याला कसा दिला ? आणि दिला तो दिला ते बरोबर आणि माझ प्रेम माझी इच्छा चूक का ?

नाहीरे बाळा. अस म्हंटले का मी.

काय म्हणालीस ?

काय म्हणाले ?

आता काय म्हणालीस ?

बाळा ?

खूप भारी वाटल ऐकून इतक्या वर्षांनी.

हो आहेसच तू माझ लाडक बाळ. हट्टी. हे बघ मी भेटेन तुला नंतर आता निघते सणासुदीला कालवा होईल घरी.

बर . नीट जा काळजी घे. मी येऊ का सोडायला ?

नको.

अजिंक्य तिला थांब म्हणतो आणि आत जाऊन फ्रीज मधून एक कॅडबरी आणतो आणि साराला देतो. तिला प्रतीक्षा कॅडबरीचा कागद खोलून देते. तिला एकटीलाच ? मला नाही का ?

अजिंक्य तिला म्हणतो तुलापण आहे चल आत. प्रतीक्षा लाडिकपणे हसून नको म्हणते.

नको माहितीय तुझी कॅडबरी.

चल कि हवीय न.

दोघ आत जातात. तो फ्रीजमधून कॅडबरी काढून तिला एक तुकडा देतो. ती खाते. आणि तो म्हणतो मला ?

ती त्याला खुणावते. तो तिच्या जवळ जाऊन तिच्या ओठावर आलेली तिची उष्टी कॅडबरी स्वतःच्या ओठांनी ओढून घेतो. आणि ती त्याला ढकलून बाहेर जाते. तो कॅडबरी फ्रीजमध्ये आत ठेवून बाहेर येतो आणि विचारतो " बस इतकीच कॅडबरी हवी का ?"

ती लाजून हो म्हणते आणि साराला घेऊन दारात जाते. त्या दोघी जातात आणि अजिंक्य उजवीकडे तोंडात लपवलेली कॅडबरी जिभेवर आणून चघळू लागतो.....

10

कॅडबरी !

तोंडातली कॅडबरी चघळत चघळत अजिंक्य खाटेपाशी येतो आणि मग न बघताच अंग सोडून देतो आणि गादिवर पाठ टेकली तोच तो आईSSग अस ओरडला. मगाशी तर काहीच नव्हत इथ. मग काय टोचल म्हणून त्यान उठून बघितल तर मोबाईल होता. पण त्याचा तर चार्गिंगला लावलेला. मग हा कुणाचा होता ? अर्थातच प्रतीक्षाचा होता. त्याला आनंद झाला. तो पटकन उठून निट बसला मांडी घालून. आणि मांडीवर उशी घेऊन मग त्याने मोबाईलची स्क्रीन चालू केली. पण त्याला पासवर्ड होता. झटक्यात त्याचा आनंद विझला. अक्षरी पासवर्ड होता. त्यान अमित टाईप केल पण नाही उघडला पासवर्ड. मग सारा अमित. अमित प्रतीक्षा. प्रतीक्षा सारा. सगळ टाईप करून झाल आणि चुकीचे पासवर्ड टाकून काहीवेळासाठी पासवर्ड टाकायचं बंधन आल. मग निराश होऊन मांडीवरची उशी डोक्याखाली घेऊन झोपला तो. स्क्रीन वर साराचा फोटो होता. तो एकदा बघून तो शांत निपचित पडून होता. हमे तुमसे प्यार कितना गाण्याच नुस्त म्युझिक असलेली शांत रिंगटोन वाजते आणि त्याच हृदय धडधड करायला लागल. कारण ते अजिंक्यच आवडत गाण होत. आणि त्या गाण्याची रिंगटोन प्रतीक्षाच्या मोबाईलवर वाजत होती. त्यात त्यान कॉल उचलला. आणि शांत पुढचा आवाज ऐकू लागला.
हेल्लो...हेल्लो.
तो प्रतीक्षाचा आवाज होता. अजिंक्य खुश झाला. पण तरी तो काहीच

बोलाला नाही.

हेल्लो? कोण बोलतय ? हा माझा मोबाईल आहे . कुठ आहे ? कुणाला सापडला आहे ? सांगा प्लीज. कुठे विसरलीय मी माझा मोबाईल... हम्म..

प्लीज सांगा कुठे विसरले आहे मी माझा मोबाईल ?

(गंभीर आवाजात) ज्याच तू प्रेम विसरलीस त्याच्या जवळच तुझा तू मोबाईल पण विसरलीस.

अजिंक्य ? तुझ्या इथे राहिला का ? बर झाला. तिथच राहिला. किती घाबरले मी. अमितने मागच्याच महिन्यात घेऊन दिला नवीन बावीस हजाराला. कुठ हरवला असतात तर खूप बोलला असता मला. बर झाल देव पावला. तुझ्याकडेच विसरले. बर झाल.

खरच बर झाल. होणा ?

का ?

पुन्हा आपली भेट होईल मग तू माझ्याकडे येशील. पुन्हा माझ्याशी बोलशील.

जा. मी फक्त मोबाईल घेईन दारातून आणि जाईन निघून.

होका ?

होय.

बर. पासवर्ड काय आहे मोबाईलचा ?

कशाला हवाय ? काय नाही त्यात आमचे फोटो आहेत फक्त.

खूप टाकून बघितले मी पण नाही निघत. असुदे फोटो बघु देत तर मला.

३००६. (तीस शून्य सहा.)

हा असला कसला. मला वाटल तुमच नाव असेल म्हणून मी नाव लिहित बसलो.

नाही नाव नाही नंबर आहे.

काय आहे हे असल ३००६ ?

माहित नाही तुला ?

मला कुठ माहित आहे काय तुझ्याबद्दल

बावळटा तुझी जन्मतारीख आहे.

हा खरच कि. म्हणजे मोबाईलला पासवर्ड माझ्या जन्मदिवसाची

तारीख. मोबाईलला रिंगटोन माझ आवडत गाण. अजून काय आहे. यात माझ ?

बस इतकच. तो डाटा कधीही डिलीट होऊ शकतो. मनातून कसा होईल. म्हणून सगळ तुझ माझ्या मनात स्टोअर केलय.

बर. कधी येतीयस न्यायला मोबाईल.

अरे घरी कोण नाही. आई बाहेर गेल्यात आणि अमित जॉबला. सारा थकून झोपलीय आताच. आई आल्या कि येते. तू आहेस न घरी ?

मी कुठ जाणार ? आहे मी इथच. तुला वेळ आहे का ?

अरे अस काय करतोस आताच भेटलो न आपण आणि परत काय. मला नाही आवडत बर का हे वेड्यासारखं तुझ वागण.

परत कारण आहे का तुझ्याकड मला भेटण्यासाठी ?

कारण नसल तरी बनवू आपण. काहीतरी निमत्त काढू. पण हे अस सतत नको भेटायला. मला नाही सहण होत. तुझ वेड लागेल मला. लक्षात असुदे माझ लग्न झालंय बाळा. नाही मी स्वतःला कंट्रोल करू शकत. तू दिसला कि माझ सगळ अवसान निघून जात. आणि नाही आता मला परत वेड व्हायचं तुझ्यासाठी. तुझा भरोसा नाही जातोस निम्म्यात. प्लीज.

मला लागलंय त्या वेडेपणाच काय ?

गप. वेडेपणा म्हणे.... शहाणा कधी होतास तू ?

होतो. जेव्हा तू नव्हती भेटली मला. नर्सरी प्राथमिक माध्यमिक शाळेपर्यंत शहाणा होतो. नंतर तू भेटली आणि वेडा झालो.

     मग आता शहाणा बन आणि लग्न कर.

सारख काय ग लग्न कर लग्न कर.

मग काय म्हणजे सारखा मला भेटायला बोलावणार नाहीस.

होका. इतका त्रास होतोय का ठीके. जा घेऊन तुझ- तुझा मोबाईल नको भेटूस परत.

हा चिडला लगेच. चिडकु.

जाऊदे माझा त्रास होतो न तुला.....बाय.

आणि त्याने कॉल कट केला. आणि मोबाईल बाजूला ठेवला.

11

डिनर विथ प्रॉब्लेम !

दोघांना बोलून आता एक तास झालेला. आणि इकड अजिंक्य बाहेरून जेवण आणतो. तो घरी आला. आणि नीट भांड्यात सगळ जेवण त्यान काढून ठेवल. आणि प्रतीक्षाचा मोबाईल खिशातून काढून बघितला पण एकही कॉल आलेला नसतो. मग तो बसतो वाट बघत. गरम तर खूप होत असत. पण त्याच लक्ष गरमीकडे नाही प्रतीक्षाच्या मोबाईलकड लागलेलं असत. आणि दार वाजत.

आता दारात कोण आहे बघायला अजिंक्य दार उघडतो. तर दारात प्रतीक्षा.

दे माझा मोबाईल.

अग हो..... किती दमलीयस आत ये. पाणी देऊ का ?

नको जायचं आहे मला.

आत तरी येशील का ?

काय करू ? येऊन आत

अगं जेव कि माझ्यासोबत.

नको अरे घरी बनवल आहे मी. अमित येईल आता. म्हणून घाई आहे. त्याला वाढायला लागत. आणि वेळेवर नाही मिळाल त्याला तर चिडचिड करतो माझ्यावर आणि उपाशी झोपतो. आणि तो उपाशी झोपला कि आई आहेतच बोलायला मला.

मला वाढल तर मला हि आवडेल.

नको रे हट्ट धरू प्लीज दे मोबाईल.

नाही देणार जा. आधी आत ये मगच.

प्रतीक्षा आत येते. आणि दोघ आत जातात. अजिंक्य दार लाऊन घेतो. दोघ आत बसतात. आणि ती त्याला वाढायला लागते. पण तो तिला बसवतो आणि तिला जेवण वाढतो. ती नको नको म्हणते पण तरी तो तिला वाढतो. आणि स्वतःला हि ताट बनवून घेतो. आणि तिला एक घास भरवतो. तिला कसतरी वाटत.

काय झाल ? चांगल नाही का जेवण ?

खूप छान आहे पण खूप दिवसांनी अस कुणीतरी मला जेवण आयत दिल आईची आठवण झाली. माहेरी गेली कीच सुख मिळत हे. आणि इथ नुस्त मीच करायचं सगळ. कोणीही मला देत नाही. माझ्यासाठी काय करत नाही.

मी मेलो नाही.

म्हणजे ?

मी आहे ना. नको काळजी करू.

दोघ जेवत होते. आणि वेळ कुठे निघून गेला अर्धातास दोघांना हि कळाल नाही. ती ताट उचलणार तोच अजिंक्य उठून ताट घेतो आणि सगळी भांडी गोळा करतो. आणि ती बाहेरच्या खोलीत जाते. अजिंक्य तो पर्यंत हात धुवून बाहेर येतो. तर प्रतीक्षा कुणाला तरी घाबरून कॉल करत असते.

काय झाल कुणाला लावतेस फोन.?

अरे अमितने १२ कॉल लावलेत.

एवढे ?

तेच कळेना आणि आता उचलत पण नाहीये. आणि फोन आलेला कस कळाल नाही काय माहित. माझा मोबाईल सायलंट नसतो कधी आत्ता कसा झालाय काय माहित.

मीच केलेला. मगाशी झोपलेलो म्हणून.

तू तर ना खरच.

अग काय झाल एवढ हायपर व्हायला. जातीयस ना आता घरीच ? मग माझ्यावर चिडून काय होणारे ?

काही नाही. सोड मी जाते.

प्रतीक्षा जाते निघून दारापाशी आणि दार उघडते. अजिंक्य माग जातो ती त्याला न बघताच जाते. तिला अस्वस्थ होत असत खूप वेळ झाला. म्हणजे तिला धड जेवण हि जात नव्हत. तिचा अजिंक्य समोर असून पण तीच लक्ष दुसरीकडे लागलेलं. कशात ते मात्र तिलाच माहित नव्हत. ती घाईत रिक्षा करून घरी पोचली. पण घराला कुलूप. अमितला फोन लावला. पण तोही उचलेना. आईना लावला त्याही उचलेना. काय झाल या विचारात अचानक एका अनोळखी नंबर वरून तिला कॉल आला आणि ती बोलू लागली. बोलता बोलता तिन रिक्षा पकडली. आणि निघून गेली

इकड अजिंक्य भांडी घासत बसला. प्रतीक्षाच त्यालाही टेन्शन आलेल. आमची भेट घरी कळली कि काय ? साराला जरी कळत नसल तरी थोडफार बोलता येत होत. तिने काही सांगितल नसेल न ? तिला अमित घराबाहेर नाही न काढायचा माझ्यामुळे न जाणे कित्येक प्रश्न त्याला येत होते. त्यान काम सोडल आणि प्रतीक्षाला कॉल लावला. बिझी लागला. तो थांबला आणि दोन मिनिटांनी परत कॉल लावला. रिंग वाजली. पण तिने कट केला. परत लावला परत तिने कट केला. सलग चार वेळा त्यान कॉल लावला आणि पाचवा कॉल लावला.

कळत नाही का तुला मी उचलत नाही म्हणजे कामात आहे ते. डोक्याला माझ्या खूप त्रास आहे नको मला त्रास देऊस अजून प्लीझ पाया पडते. अग ऐकून तर घे मला तुझी काळजी .....आणि फोन कट होतो.

12

वाढदिवस !

रिक्षा रस्त्याच्या कडेला थांबते. प्रतीक्षा रिक्षातून उतरते आणि रिक्षावाल्याला पैसे देते. आणि आजूबाजूला बघते. कोण दिसत नाही. ती अमितला कॉल लावते. आणि मागून अमित येतो. आणि तिच्या खांद्यावर हात ठेवतो. ती दचकते. मग ती काही बोलण्याधी तिच्या हाताला धरून चालत राहतो. जरास चालून पुढ डावीकडे आत रस्ता जातो तिथ ते जातात. आणि तो तिचे डोळे धरतो.

काय हे. मला दिसत नाहीये.

शांत शांत .. एकच सेकंद थांब.

अरे पण इतके कॉल का लावलेले आणि घराला कुलूप आहेत कुठेय सारा आणि आई ?

आहेत सगळे इथच. तू कुठ गेलेलीस ... जाऊदे थांब आलो आपण.

अमितने तिच्या डोळ्या वरचा हात काढला. समोर आई सारा होती. आणि एका दुचाकीवर केक ठेवलेला. असतो. तिला काही कळत नाही. ती काही बोलणार तोवर अमित्र टाळ्या वाजवतो आणि सुरात वाढदिवसाच्या शुभेच्छा देऊन प्रतीक्षाच नाव घेतो. त्या सरशी आई, सारा आणि तीन लोक तिथ उभी असलेले टाळ्या वाजवतात. ती अमितकडे बघत राहते.

यासाठी तुला कॉल लावत होतो. चल काप आता केक.

तू पण ये ना.

तुझा आहे वाढदिवस. चल काप लवकर.

प्रतीक्षा गाडी जवळ जाऊन मेणबत्तीवर फुंकर मारते. आणि केक कापते. अमित तिला केक भरवतो. मग आई भरवतात. मग प्रतीक्षा साराला केक भरवते. मग अमित केक कापून त्या तीन लोकांना केकचे तुकडे देतो. ते तीन लोक त्या शोरूम मध्ये कामाला असतात. आणि हा वाढदिवस शोरूमच्या बाहेर सुरु असतो. अमित प्रतीक्षकडे बघतो आणि जवळ जाऊन तिला गाडीची चावी देतो. ती आनंदी होते. तो म्हणतो "आजपासून हि तुझी गाडी". प्रतीक्षा गाडीला चावी लावते. अमित सीटवरचा केक उचलतो. साराला घेऊन प्रतीक्षा गाडीवर बसते.

नेशन ६२ ला थांब मी आलोच आईला घेऊन.

सगळे गेले मग हॉटेल नेशन ६२ ला. सगळं प्रतीक्षाच आवडत जेवण. जेवण झाल. मग आईसक्रीम पार्लरला जाऊन आईसक्रीम खातात. पुढे सगळे घरी जातात. प्रतीक्षा नवीन गाडीला व्यवस्थित लाऊन जाते. ती खुश असते. साराला झोपवून ती बेडवर बसलेली असते.

आवडल का गिफ्ट मनु ?

हो खूपखूप . अमित...

काय ग बोल ना .

आय लव्ह यु.

आणि अमित तिच्या जवळ जातो. तिच्या केसात हात फिरवत केसातून त्याची बोटं तिच्या कपाळावरून नाकावरून ओठांवरून खाली गळ्यापासून मागे मानेवर जातात. आणि मागून धरून तिला जवळ ओढत तिच्या ओठांना स्वतःच्या ओठात पकडतो. आणि त्याच स्थितीत तिला घेऊन झोपतो. तो तिचे अगणित चुंबन घेत असतो तीही त्यात हरवून जात असते. आणि त्या प्रेमात बुडत असताना तिचे गाल भिजलेले असतात. कारण ती रडत असते. अमित विचारतो एकदा पण ती काही नाही म्हणते पण. तिला वाईट वाटत असत. कि तिचा वाढदिवस......तिचा वाढदिवस विसरलेला असतो अजिंक्य. आणि या विचारातच शांत पडून राहते प्रतीक्षा. आणि अमित हि काहीवेळाने झोपून जातो. आणि प्रतीक्षा पण.

13
रात्री चंद्र जागा असतो !

रात्र बरीच झालेली आहे आणि या रात्री चंद्र जागा आहे. सोबत त्याच्या चांदण्या. आणिक ? आणि प्रतीक्षा आणि अजिंक्य. अमित आणि प्रतीक्षा मध्ये झोपलेली सारा झोपेत कूस बदलते. प्रतीक्षाला कळत. ती साराच्या अंगावर निट पांघरून घालते. आणि तिच्यामाग सरकत अमित जवळ सरकते. अमितही झोपेत कूस बदलतो आणि प्रतीक्षाकडे तोंड करून झोपतो. आणि तसाच प्रतीक्षाच्या अंगावर हात टाकतो. प्रतीक्षा साराला जवळ घेते आणि अमितच्या हातावर हात ठेवते. आता शांत झोपलेली पण तरीही जागी असलेली प्रतीक्षा. आणि इकडे पोटाखाली उशी घेऊन आणि हातावर स्वतःच्या हनुवटी टेकवून झोपलेला पण डोळे उघडे ठेवून डोळ्यात पाणी अडवून रडवेला झालेला अजिंक्य.

काय झाल प्रतीक्षाला ? ती का माझ्यावर चिडली ? माझ्यासमोर असताना मला सोडून ती अजून कुणाच्या विचारात होती ? तीच माझ्याकड लक्ष नव्हत . निट जेवली हि नाही. अश्या प्रश्नांची उत्तर तो शोधत होता. आणि प्रतीक्षाला एकच प्रश्न पडलेला अजिंक्य माझा वाढदिवस विसरला कसा ? बस एकच प्रश्न.

तिला विचारायचं होत त्याला जाब. प्रेमाच्या बड्या बड्या बाता मारणारा अजिंक्य माझा वाढदिवस विसरतो कसा. तिन ठरवल त्याला जाब

विचारायचा. पण कसा ? आणि अजिंक्यला हि त्याच्या प्रश्नांची उत्तर हवी होती. जी फक्त प्रतीक्षाच देणार होती. आता ? काय करायचं. ती भेटेल का मला पुन्हा ? अजिंक्य विचार करू लागला. मला वेळ मिळेल का आता अजिंक्यकडे जायला प्रतीक्षा विचार करू लागली. वेळ रात्रीचा पटपट जात होता.

अजिंक्य खाटेवर झोपलेला असतो. दार उघडच असत. म्हणजे दाराला कडी लावलेली नसते. नुस्त ढकललेल असत. ती निघून गेली आणि हा तसंच शांत येऊन खाटेवर येऊन पडला. सकाळी दार उघडल जात. आवाज येतो दार भिंतीला धडकल्याचा. दारात कोण तर प्रतीक्षा. अजिंक्य खडबडून उठतो.

प्रतीक्षा तू ? इथ ? मला भेटायचच होत तुला. ये ना आत.

तू नको सांगू मला मी आत यायचं का नाही ते. आधी सांग मला माझ्यावर प्रेम करतोस ना?

हो मग. हा काय प्रश्न आहे का ?

मग वाढदिवस लक्षात नाही राहत ?

कुणाचा ?

कुणाचा नाही जा.

ऐकून घे. तू दोन वेळा माझ्या घरी आलीस. पण आजच का जेवण आणल मी. तुझ्यासोबत जेवलो मी. तू आलीस तेव्हा टेबलावर लाल कागदात बांधलेलं गिफ्ट कसल या विचारात असशील तू. पण ते तुझ्यासाठी आणलेलं. तू माझ्याकड वर येताना तुझ्याकड बिल्डींग मधली लोक बघत असतील पण ती का बघत होती समजल नाही तुला.कारण ते सगळे तुझ्या वाढदिवसाला सामील होणार होते. तुझ्या-माझ्यासाठी वेळ काढून. तू रिक्षातून उतरून साराला सोबत आणल तेव्हा मी टेरेस वरून बघितलेलं तुम्हाला. वर लाईट दिसत होती तुला पण-पण मी दिसलो नाही तुला. अख्खा टेरेस सजवलेला मी. केक हि आणलेला. पण तुला समजल नाही. माझ्या मोबाईलवर पाच फोन आले त्या हॉटेल मालकाचे जिथ मी एक टेबल रिजर्व केला होता. जिथ तुला जायचं होत सहा वर्षापूर्वी त्याच हॉटेल मध्ये. तू गेली म्हणून जाऊन जेवण घेऊन आलो पार्सल तिथून. तू परत येशील या आशेने. तुझ्यासाठी

मित्राच्या आईसक्रीम पार्लर मध्ये तुझा आवडता फ्लेवर बटरस्कॉची ऑर्डर दिलेली. तुलाच दिसला नाही माझ्या डोळ्यात चमकणाऱ्या प्रेमाचा प्रकाश आणि वर विचारतेस मी का विसरलो तुझा वाढदिवस ?
मग मला सांगितल का नाहीस.
लक्ष होत का तुझ माझ्याकड ?
नंतरच सोड. पण आधी आलेली तेव्हा.
आतून गेलीस थांबलीस का ? गेलीस साराला घेऊन खाली.
सॉरी
आता का सॉरी. मला नाही सॉरी आवडत. ठेव तुझ तुझ्यापाशी सॉरी. कसा बोलवणार परत तुला ? सांग. घरी यायचं होत का निमंत्रण घेऊन.
मग काय केल ? केलेल्या तयारीच ?
सगळे जेवून गेले. बटरस्कॉच आईसक्रीम खाऊन गेले. तुझ्या वाढदिवसाच. मला तुला सोडून आणि सजवलेलं सगळ आहे तसच वर. केक हि जसाच्या तसा आहे.
(निशब्द)
अमितने केला का वाढदिवस तुझा ?
हो खूप मस्त केला. तुला माहितीय का तुझ्या इथ असताना त्यान मला इतके कॉल का लावले माहितीय का ? तो आई सारा सगळे तिथ शोरूमला होते. मी गेले तिथ तर त्यान मला सरप्राईझ दिल.
काय ?
अक्टिव्हा गाडी. केक कापला तिथच नव्या गाडीवर केक ठेवून आणि नेशन 62 हॉटेलला आम्ही गेलो. मग आइस्क्रीम खाल्ल. पान फ्लेवर आईस्क्रीम रोल खायला घातल. आणि आम्ही मग घरी आलो. आणि....
आणि ?
आम्ही सेक्स केला.
बर..
काय झाल ? बोल ना ?

हे सांगायला आलीस का इथ तू मला ? त्यान गाडी दिली हॉटेलला घेऊन गेला. आईसक्रीम दिल प्रेम केल म्हणून तो चांगला आणि मी सगळ करून पण तुझ्याचमुळ तुझ तुला सरप्राईझ मी तुला देऊ शकलो

नाहीतर मी वाईट ? वाह....! छान आहे. जा तू इथून

सॉरी ना.

हे बघ झाल गेल. विसर. गेला दिवस. आता काय उपयोग. परत मागवून पण नाही येणार परत हा दिवस. गेलेला वेळ. जा तू. हवी असताना आली नाहीस आणि आता का आलीयस माझ्या स्वप्नात. झोपु दे.

का हक्क नाही का माझा ?

बस तुला हव ते कर. मी नाही केला तुझा वाढदिवस मी नालायक ठरलो शेवटी. दाखवलस तू.

काहीही काय बोलतोस. तू कुठला विषय कुठ नेतोस. आणि तो हि माझा नवरा आहे ना. आणि मी आनंदी राहण तुझ्यासाठी महत्वाच आहे न ? मग मी आहे बघ ना आनंदी.

मी झोपतो.

आणि न भेटता अजिंक्य आणि प्रतीक्षाने एकमेकांशी संवाद साधला खरा पण सत्यात हा गैरसमज होईल का दूर हाच प्रश्न उरला.

14

हलाल !

सकाळी अकरा वाजले असतील. अजिंक्य दाराला कुलूप लावतो आणि खाली नाष्टा करायला जातो. मनात नुसता प्रश्नांचा वावर , गोंधळ आणि त्यातल्या एका ही प्रश्नाच उत्तर त्याला मिळत नव्हत याचा त्याला राग येत होता. पण गप्प राहिल्या वाचून सध्या काहीच पर्याय नव्हता. तो आपला विचारात गुंग होऊन रस्त्याच्या कडेने चालत होता. पण एकसारखा खूप आवाज कसला तरी येत होता. त्यान माग बघितल. तो रस्त्याच्या कडेनेच चालत होता पण एक गाडी हॉर्न एकसारखा वाजवत होती. ती गाडी अनोळखी होती. पण त्यावरची व्यक्ती ओळखीची होती.

ओ काय हो कडेने चाला कि. आम्ही कुठ डोक्यावर चालवायची का गाडी.?

बाजूला आहे कि एवढा मोठा रस्ता तिथ चालवा. आमच्या माग-माग काय आहे ?

का तुम्ही नव्हता का लागला कॉलेजला असताना आमच्या माग-माग, मग आता आम्ही लागलो तर काय होतय ?

लागा लागा नाही कोण म्हणतय ?

दोघ हसतात. प्रतीक्षा गाडीची चावी बंद करते. अजिंक्य तिच्या जवळ जातो आणि गाडीच्या आरशावर हात फिरवत विचारतो.

नवीन वाटत ? कधी घेतली सांगितल नाहीस मला ?

कालच घेतली अरे. घेतली म्हणजे अमितने गिफ्ट दिलीय. वाढदिवस होताना माझा म्हणून. मी नाराज आहे तुझ्यावर.

होका ? का बर ?

तू माझा वाढदिवस विसरलास.

आणि मी केलेली सजावट , लोकांना दिलेलं आमंत्रण , बुक केलेलं हॉटेल आणि आणलेलं गिफ्ट सगळं न घेताच गेलीस निघून. त्याच काय ?

काय ?

काय नाही सोड. जाऊदे.

कुठ चाललायस वेड्यासारखा.

नाष्टा करायला. तिकड पुढ.

बस माग चल दोघ जाता.

नको. तू अशी नको येऊस रोज रोज सारखी सारखी.

का ? सवय तू लावलीयस मला अन तूच म्हणतोस ना लागलेली सवय जात नाही. माझीपण नाही जाणार. मी आहे तोवर तुला भेटणार.

होका बर भेट.

ऐक तू चालव मी बसते माग.

अजिंक्य बसतो आणि माग प्रतीक्षा बसते. गाडी सुरु होते.

मी इथच पुढ खातो रोज. चालेल तुला ?

चालेल पण आज दुसरीकडे जाऊ. मी सांगते तिकड चल. आपण नेशन 62 ला जाऊ. काल आम्ही तिथच गेलेलो. खूप छान चव आहे तिथली.

आपल्याला जेवायचं नाही. नाष्टा करायचा आहे.

आता किती वाजले बघ सव्वा अकरा वाजायला आलेत. जास्तोवर अर्धातास आणि ऑर्डर यायला तिथून खायला आणि तिथून निघायला खूप वेळ लागणार आहे. जेव माझ्यासोबत आज.

मग घरी जाऊ पहिलं. पाकीट आणल नाही मी.

मी आहे न चल तू. चालव गाडी.

आणि अजिंक्य गाडी चालवू लागतो. प्रतीक्षा त्याच्याशी बोलत असते. अधूनमधून त्याला डावीकड घे. उजवीकड ने. अस सांगत असते. तस तो गाडी वळवत होता. तिच बोलण ऐकता ऐकता तिला तो आरशातून बघतो. पण ती दिसत नसते म्हणून अजिंक्य आरसा जरा वर उचलून

वळवतो. आणि आता प्रतीक्षाचा चेहरा त्याला पूर्ण दिसत असतो. मग विषय कालच्या वाढदिवसाचा निघतो. आणि प्रतीक्षा त्याला सगळ सांगते. ए टू झेड. तिच बोलण झाल्यावर अजिंक्य सांगतो त्यान काय काय तयारी केलेली असते. आणि तो गाडीचा ब्रेक घट्ट दाबतो. प्रतीक्षाने त्याच्या खांद्यावर ठेवलेले हात घट्ट होतात. "काय झाल" अस तो विचारतो. प्रतीक्षा डोळ्यातून आलेल्या पाण्याला पुसत काही नाही म्हणून चल म्हणते. आणि मग ते पुन्हा वाऱ्याशी खेळत जाऊ लागतात.पण आता बोलायला काहीच विषय नसतो. कारण दोघांचे गैरसमज दूर झालेले असतात.

दोघ शांतच असतात. अजिंक्यने आपल्यासाठी एवढ केल आणि आपण काहीच दिल नाही त्याला. साध केक कापायला थांबलो पण नाही त्याच्यासाठी याच तिला वाईट वाटल. माहित नसताना आपण किती चिडलो त्याच्यावर अस तिला वाटल. आणि अजिंक्यने गाडी चालवताना उजवा खांदा उचलून मान उजवीकड वाकवली. कारण त्याच्या अंगावर शहारा आलेला. कारण प्रतीक्षाचे हात अजिंक्याच्या खांद्यावरून छातीशी आलेले असतात आणि ती त्याला मागून घट्ट मिठी मारते. पण अजिंक्य आजूबाजूला माणस बघून गाडी तशीच सांभाळत चालवत राहतो. घट्ट मिठीसोबत त्याचा शर्ट मागून ओला झालेला. तरी प्रतीक्षा खूप रडून घेते.

तो समजावतो तिला एका गोष्टीसाठी नको मनाला लाऊन घेऊ. कालचा दिवस गेला आता. झाल ते झाल अस तो तिला सांगतो. ती काहीच बोलत नाही.

हॉटेलपाशी ते पोचतात. आणि मग ते गाडी लाऊन आत जातात. अजिंक्य मांसाहारी खाणारा आणि प्रतीक्षा पूर्ण शाकाहारी. ती त्याला म्हणते तू घे हव ते मी शाकाहारी घेईन पण तिच्यासोबत तोही शाकाहारी खायचं कबुल करतो. ऑर्डर येईपर्यंत दोघ बोलतात. मग नंन्तर जेवून पैसे द्यायला ते जातात. तिथ ती तिच ए.टी.एम देते आणि त्याचा पासवर्ड टाकायला तो माणूस सांगतो. तर प्रतीक्षा पासवर्ड टाकते तीस शून्य सहा अजिंक्यला हसावं कि रडावं समजत नाही. मग दोघे बाहेर येतात. अजिंक्य तिला चावी देतो. ती म्हणते चालव तूच. पण अजिंक्य

म्हणतो चालव. मग प्रतीक्षाच्या माग दोघात थोड अंतर ठेवून तो बसतो. रस्त्याने जाताना रस्त्याच्या कडेला एक बारा तेरा वर्षाचा मुलगा किचन आणि रंगीत दोरे विकत असताना दिसला. प्रतीक्षा त्याच्या जवळ जाऊन गाडी थांबवते. त्याच्याकडची सगळी लाकडी किचन बघून ती विचारते

कुठली आहेत रे हि.

सावंतवाडी से लाया हु.

तिकड विकायची मग इतक्या लांब सातारला का आलायस ?

उधर नाही बेचे जाते ज्यादा. तो इसलिये यहा आया हु.

बर ए अक्षर असलेल आहे का किचन ?

हे ना आंटी.

त्याच्याकडून घेऊन ती अजिंक्यला विचारते.

कस आहे रे. ?

ए कुणाचा माझा का अमितचा ?

तुला काय करायचय ? आणि सोबत कोणे माझ्या आता ?

मी

मग ए फॉर अजिंक्य. दे दो ये. कितने का ?

अस्सी.

ती त्याला पैसे देते आणि अजिंक्यला चावी काढून देते आणि म्हणते किचन लावून दे. तो लाऊन देतो. आणि मग गाडी सुरु करून दोघ निघतात. वाटेत पुन्हा दोघ खूप बोलतात. आणि मग प्रतीक्षा अजिंक्यच्या घरापाशी गाडी थांबवते.

चाललीस ?

बस कि आजच्यासाठी एवढा वेळ तुझ्यासाठी काढला.

बर.

खुश का ?

खूप .

किती खुश आहेस ?

सांगू शकत नाही.

आम्ही चाललो.

कुठ ?आणि कोण ?

अमितची बदली झालीय पुण्याला.

बर. मग इकड कधी येणार ? सातार्‍याला ?

नाही आता इकड नाही. तिकड घेतल ना त्यान घर. त्यामुळ इकड नाही येणार आता लवकर ?

आणि माझ्याकड ?

माहित नाही. म्हणून तर आज आले खास तुला भेटायला. नंतर भेटन न भेटेन.

हाहा

काय झाल हसायला ?

बोकडाला हलाल करण्याआधी कसा मालक त्याला खायला देतो आणि गोड बोलून मग पाणी देतो. बोकडाला मालकाच खूप अप्रूप वाटत आणि तेवढ्यात तोच मालक त्याच्या मानगुटीवर चाकूचा वार घालतो. तसच काहीस केलस आज तू माझ्यासोबत.

नाहीरे अस काही नव्हत माझ्या मनात.

आल्यावर सरळ सांगितल असतस तर काहीच वाटल नसत. इतका वेळ सोबत राहून मग सांगितलस एकदा तरी माझा विचार करायचास.

सॉरी

ठेव तुझ्यापाशीच. तुझ सॉरी

तेवढ्यात प्रतीक्षाला कॉल येतो. ती त्याला थांबवून मोबाईल हातात घेते आणि कॉल रिसीव करून कानाला लावते.

15
तो कॉल !

अमितचा कॉल असतो. कधी येणार ? किती वेळ आहे अजून अस तो
काहीतरी विचारात असावा असा अजिंक्यला प्रतीक्षाच्या बोलण्यातून
अंदाज आला. तिने मोबाईल पर्स मध्ये ठेवला.

प्रतीक्षा : हा बोल काय म्हणत होतास.

अजिंक्य : काय बोलत होतो बर मी ?

प्रतीक्षा : बर ते सोड सगळ राहू दे बाजूला पहिला तुझा नंबर दे.

अजिंक्य : घे 98********

प्रतीक्षा : हा माझा घे.

अजिंक्य तिच्या हातात मोबाईल देतो.

अजिंक्य : तुझ्याच हाताने सेव्ह कर.

ती नंबर सेव्ह करते. आणि त्याचा इनबॉक्स मेसेज बघते. कंपनीचे
आणि खाली अंजली, अनिकेत, आशिष, राज असे काही लोकांचे मेसेज
आलेले असतात. ती तिथच थांबून अंजली नावावर क्लिक करते.
आणि मोठ्याने मेसेज वाचते.

प्रतीक्षा : अंजली , कसा आहेस जेवलास का नीट ? अजिंक्य , हो जेवलो
तुझ झाल का ?

   अंजली : मला एकट वाटतय घरची आठवण येतीय पण घरी जायला
सुट्टीच मिळेना. अजिंक्य , मी आहे न बोल माझ्याशी.
ओहो..... काय मस्त बोलतोस रे तू.

अजिंक्य : ये , ये इकड दे मोबाईल याच्यासाठी नाही दिला मी , नंबर सेव्ह केलास का ?

प्रतीक्षा : केलाय रे बघु दे कि अजून खाली बरेच मेसेज आहेत तुमचे.

अजिंक्य : नको दे इकड.

प्रतीक्षा : कोण आहे (भुवया उडवत) गर्लफ्रेंड वाटत ?

अजिंक्य : नाही मैत्रीण आहे. तिला आहे बॉयफ्रेंड. त्यांची सतत भांडण होतात मग मन शांत करायला मला करते आधी मधी टेक्स्ट. प्रेम नशिबात नाही माझ्या.

प्रतीक्षा : अस का म्हणतोस. आहे कि हि चांगली. बघ तिला तू आवडतोस बहुतेक. म्हणूनच ती तुझ्याशी एवढ बोलतीय सगळ. एकटेपणात तुझी आठवण काढतेय.

अजिंक्य : नाही. तिचा साखरपुडा झालाय दुसऱ्या एका दिल्लीच्या मुलासोबत सोबत.

प्रतीक्षा : अरेरे...... मग तू दुसरी शोध किती दिवस असा राहणार आहेस?

अजिंक्य : जोवर तू माझी होत नाहीस.

प्रतीक्षा : ते शक्य नाहीये.

अजिंक्य : मग माझ लग्न पण या जन्मी होण शक्य नाहीये.

प्रतीक्षा : तुझ्याशी बोलायला लागल कि तू सुरूच होतो. मागच्या जन्मी काय देवदास होतास का ? सारखा रडत बसतोस.

अजिंक्य : माहित नाही. ऐक ना ?

प्रतीक्षा : बोल

अजिंक्य : एक सेल्फी काढायची सोबत ?

प्रतीक्षा : विचारतो काय काढ चल.

अजिंक्य मोबाईल काढून कॅमेरा सुरु करतो.

प्रतीक्षा : केस तरी निट कर ती. नुसती वाढवलीत. जेल-बिल लावता जा. एवढी छान आहेत केस.

अजिंक्य : कुणाला दाखवायला नाही जायचं मला. आणि बाहेर जाताना आवरतो मी. आत्ता मी नाष्टा करायला जात होतो तू घेऊन आली आहेस मला इकड.

मग तो केस निट करतो आरशात बघून आणि तो फोटो काढतो. मग ती त्याचा निरोप घेऊन जाते. बहुतेक कायमचा ?
तो तिला बघत राहतो. आणि नंतर मोबाईल मधला फोटो बघत तो घरी जातो.

16

आय लव्ह यु पण !

संध्याकाळी सातच्या सुमाराला अजिंक्यचा मोबाईल वाजतो. पटकन तो घाईत मोबाईल बघतो . खात्री असते त्याला नक्कीच मेसेज प्रतिक्षाच असेल. पण मेसेज तर अंजलीचा असतो. तो बघून दुर्लक्ष करतो. खरतर त्याला प्रतीक्षाशी बोलायचं होत. ती उद्या कायमची पुण्याला जाणार त्याचा त्याला त्रास होत होता. या आधीहि ती कुठं समोर आणि जवळ होती ? तेव्हा होतोच ना नीट असा अजिंक्यला प्रश्न पडला पण आता नीट नाहीये मी. ती का आली परत माझ्या आयुष्यात या एका प्रश्नाचा त्याला त्रास होत होता.

आणि अजिंक्यला कॉल आला.

अजिंक्य : हॅलो

अंजली : (रडण्याचा आवाज) अजिंक्य

अजिंक्य : काय झालं? रडतेस का? जॉब वरून सुटलीस का?

अंजली : हो.

अजिंक्य : मग रडतीयस का? काय झालं?

अंजली : समीर मला खूप बोलला. खूप भांडण झालं आमचं आणि त्याने ब्रेकअप केल.

अजिंक्य : चांगलं आहे कि मग असाही तुझा साखरपुडा ठरलाच आहे कशाला हवाय तुला आता बॉयफ्रेंड?

अंजली : त्यांन मला फसवलं इतके दिवस गोड बोलून माझ्याकडून

हवं ते मिळवून घेतलं आणि आता मला सोडून चाललाय. त्याच वाईट नाही वाटत मला पण नव्हतं माझ्याशी लग्न करायचं तर कशाला इतकं जवळ यायचं. कशाला शरीराची सवय लावायची कशाला प्रेम असल्याचं दाखवायचं?

अजिंक्य प्रतिक्षाच्या स्वप्नांत गुंगला. प्रतीक्षा पण अशीच करत होती समिर सारखी. म्हणजे सवय लावत होती ती अजिंक्यला तिची.

आणि लग्न झालेलं असून हि तिच्या मनात अजिंक्यच आहे अस त्याला दाखवत होती. ती फसवत होती अमितला अजिंक्यला आणि स्वतःला देखील. पण मग तिच्या डोळ्यात दिसणार माझ्यासाठीच प्रेम त्याच काय? आणि जर प्रतीक्षा माझी होणार नरोल तर मग माझं काय?

अंजली : ऐकतोयस ना? काय झालं तू बोलत का नाहीयेस?

अजिंक्य : नाही .काही नाही तुझा विचार करतोय? मग आता ? पुढं काय ठरवलंयस?

अंजली : नाहीरे सहन होत मला हा त्रास. आईबाबांना सोडून मी पुण्याला आले जॉब करते. इथला सगळा स्ट्रेस बाजूला ठेवून समीरशी बोलते त्याला हवं तेव्हा माझी इच्छा नसताना पण मी त्याची होत असते आणि स्वतःचा स्वार्थ साधला कि हा अस वागतो. माझा विचार करतच नाही. कोण मला समजून घेत नाही. मी आई बाबांपासून लांब राहते म्हणुन आईचं माझ्यावरच प्रेम कमी झालय. बाबा सतत माझ्यावर चिडचिड करतात. कोण नाही माझं. जग खूप नालायक आहे. कुणावर कितीही जीव लावा . त्रास आपल्यालाच होतो. कितीही करा कुणासाठी आपल्यालाच त्रास देणारी लोक भेटतात.

अजिंक्य : अस म्हणू नकोस. मी आहे ना

अंजली : म्हणून तर मी तुला सगळं सांगते माझं. तूच खरा माझा मित्र आहेस.

अजिंक्य : हमम....

अंजली : मी त्या दिल्लीच्या राहुलशी लग्न नाही करणार.

अजिंक्य: का काय झालं?

अंजली : ना मी त्याला ओळखते ना आमच्यात काही बोलणं होत हा आठवड्यातून एखादा कॉल करणार आणि त्यावर विश्वास ठेवून मी

त्याच्याशी लग्न करायचं मला नाही पटत. काय भरोसा तो पण समीर सारखा निघाला तर अर्ध्यात साथ सोडून देणारा.

अजिंक्य : मग काय करणारेस?

अंजली : माझ्या मर्जीचा मुलगा बघूनच मी लग्न करणार आहे जो माझी काळजी घेईल, माझं ऐकून घेईल, मला समजून घेईल आणि फक्त माझ्यावरच प्रेम करेल असा लॉयल मुलगा असेल त्याच्याशीच लग्न करेन.

अजिंक्य : बर बघ मग

अंजली : तुला काय झालं?

अजिंक्य : काही नाही ग.

अंजली : खर सांग तुझा आज मूड दिसत नाहीये काहीतरी झालंय.

अजिंक्य : काही नाही

अंजली : सांगणारेस का फोन ठेवू.

अजिंक्य : ती चाललीय पुण्याला.

अंजली : कोण प्रतीक्षा?

अजिंक्य : हो.

अंजली : मग?

अजिंक्य : कायमची.

अंजली : मग आता?

अजिंक्य : काय नाही तेच जरा बर वाटेना.

अंजली : तू नको ना नाराज होऊ नको काय मनाला लाऊन घेऊ हे बघ खर सांगते तुला माझा राग येईल पण ती तुझ्यासोबत लॉयल नाही. ती तुला हि प्रेम आहे म्हणते आणि तिकडं नवऱ्याला हि फसवतीय.

अजिंक्य : तस नाही ग म्हणजे माहितीय मला पण.

अंजली : माझ्याशी लग्न करशील?

अजिंक्य : हो

अंजली : खरच?

अजिंक्य : काय ? काय म्हणालीस

अंजली : माझ्याशी लग्न करशील

अजिंक्य: ए मी तुझा मित्र आहे आणि असला मी विचार नव्हता केला

कधी तुझ्याबाबतीत
अंजली : मीपण नव्हता केला पण गेले काही दिवस तू जो काही मला मानसिक आधार दिलास तो कोणी नाही देऊ शकत तो समीर हि नाही आणि राहुल हि नाही. करशील माझ्याशी लग्न.... अजिंक्य.. आय लव्ह यु
अजिंक्य : मला विचार करावा लागेल
अंजली : कुणाचा लग्नाचा का प्रतिक्षाचा.
अजिंक्य : दोघांचा...
अंजली : विचार काय करायचा आहे मी साथ देईन कायम अजिंक्य तुला।
अजिंक्य : हो पण...
अंजली : हे बघ मी तुला वाईट वाटेन किंवा चुकीची वाटत असेन म्हणजे तू मला इतकं ओळखतोस मला खूप मित्र आहेत मला बॉयफ्रेंड आहे आणि लग्न हि ठरलंय. पण घरातून मला साथ नाही आणि या वाईट जगात निभाव लागावा म्हणून मी प्रत्येकाशी बोलून चालून राहते पण माझ्या मनात वाईट कधीच नसत.
अजिंक्य : माहित आहे मला अनु आणि मी कधी तुला वाईट म्हंटल आहे का ?
अंजली : मी तुला आवडत नाही का?
अजिंक्य : अस काही नाही तू तर माझ्या प्रतीक्षापेक्षा पण सुंदर आहेस नुसती सुंदर नाही तर मनानं पण खूप चांगली आहेस
अंजली : हा मग?
अजिंक्य : पण प्रतिक्षा माझं पहिलं प्रेम आहे.
अंजली : शेवटचं तर नाही ना? मी होते तुझं शेवटचं प्रेम. शेवट पर्यंत तुझ्यासोबत राहीन
अजिंक्य : पण मी प्रतिक्षाला विसरू कसा आणि का ?
अंजली : मला तुझी गरज आहे तूच एकमेव आहेस जगात जो मला मानसिक आधार देऊ शकतोस आणि तूच म्हणतोस ना जगात माणसाकडे गाडी, बंगला, पैसा नसला तरी चालेल पण माणसाला मानसिक सुख हवं ते असेल तर तो काहीही नसेल ते कमवू शकतो.

मला पण हवय ते मानसिक सुख आणि ते फक्त तूच देऊ शकतोस मला अजिंक्य प्लिज.

अंजली रडायला लागते. अजिंक्य खूप समजावतो तिला शेवटी अजिंक्य आपल्या बाजूने बोलत नाही म्हणून अंजली फोन कट करते. अजिंक्य पुन्हा कॉल लावतो पण ती उचलत नाही.

तेवढ्यात प्रतिक्षाचा कॉल येतो.....

17

विषाची परीक्षा !

आधीच अंजलीशी बोलून घसा कोरडा पडलेला आणि आता पुन्हा प्रतीक्षाशी त्याला बोलायचं होत. पण अंजली म्हणाली तस प्रतीक्षा फसवतीय मला, तिच्या नवऱ्याला. आता प्रेम असल्याच ती म्हणते. मला भेटायला येते. माझ्या जवळ येते. हि एक बाजू झाली खरी पण मग पुढ काय ? म्हणजे जस वाढदिवसाच्या दिवशीचा विचार केला तर मी केलेल्या मेहनतीचं तिला काहीही वाटल नाही. पण नवऱ्यान गाडी घेतली तर तिला ते आवडल. रात्री दोघांनी सेक्स केला (तिच्या मर्जीने). पण इतके वर्ष आधी मी केलेली तडजोड , केलेला वेडेपणा , घरी खाल्लेली बोलणी , वाया घालवलेला वेळ , वधवेलेल वय, तिच्यासाठी झुरलो इतके वर्ष , सगळ सगळं ती विसरली आणि बदल्यात फक्त एवढच म्हणते कि माझ तू पहिलं प्रेम आहेस. मनान मी तुझी असले तरी शरीरावर ताबा अमितचा आहे. आणि न जाने काय काय दोघांच्या गोष्टी सांगून तिने मला जळवल आहे. पण मी हिशोब नाही ठेवत या सगळ्याचा. प्रत्येक भेटीला मी सगळ विसरून पुन्हा नव्यान तीचं अमित पुरण ऐकत राहतो. पण या सगळ्यात ती विसरून जाते कि मी तिचा मित्र नाही प्रियकर आहे.

विचारातून बाहेर येई पर्यंत कॉल कट होतो. तस बघायला गेल तर अंजली. सुंदर समंजस आहे. हा आहेत तिला मित्र खूप. पण आपल्या विचारावर अवलंबून असत कि पुढची व्यक्ती कशी आहे ते. ती स्वतंत्र

खुल्या विचारांची आहे बस इतकच. लोकांना ते चुकीच गैर वाटत. पण मला नाही. कारण ती जगत असलेल्या प्रत्येक दिवसाचा पाढा ती रात्री बोलताना माझ्यासमोर वाचते. आणि मी जितका तिच्यावर विश्वास ठेवलाय त्याहून जास्त तिने माझ्यावर ठेवलाय. तिला हि बरेच वाईट अनुभव आलेत. आणि या नंतर तिने फक्त माझ्यावर खूप जास्त विश्वास ठेवला आहे. नक्कीच काहीतरी असेल ना माझ्याबद्दल तिच्या मनात. अंदाज होताच मला. कारण बोलताना कधी ती माझ्याशी रडायची , पर्सनल सांगायची , हक्काने रागवायची आणि मी बोललो नाही कॉल उचलला नाहीतर चिडायची हि कोणत्या हक्काने ? अंदाज हा होताच पण बॉयफ्रेंड असताना , साखरपुडा झालेला असताना तिला मी आवडेन हा अंदाज माझा नव्हता आणि नेमक तेच झाल.

पुन्हा प्रतीक्षाचा कॉल आला.

प्रतीक्षा : काय रे कॉल का उचलत नाहीस ?

अजिंक्य : कामात आहे.

प्रतीक्षा : माहितीय काम तुझ , मगाशी लावाला फोन तर बिझी लागत होता. कोण होत अंजली का ?

अजिंक्य : बाकीचे नाहीतच का मित्र कोण मला ?

प्रतीक्षा : काय माहित असतील हि पण मला तर मित्र नाही माहित पण मैत्रीणीमध्ये अंजली माहित आहे बाबा.

अजिंक्य : प्लीज.... काम आहे का काय बोल. डोक दुखतय माझ

प्रतीक्षा : कशाने रे ? बाम लावलास का ?

अजिंक्य : बाम नाहीये. संपलाय आणि मला खाली जायचा कंटाळा आलाय.

प्रतीक्षा : अस कस रे करतोस तू ? बर व्हिक्स आहे का ?

अजिंक्य : आहे

प्रतीक्षा : लाव ते आधी जा.

अजिंक्य : बर

प्रतीक्षा : बर नाही आधी जा लाव

अजिंक्य : हो ग. किती अरेरावी करणार आहेस. माझ मला काय आहे का नाही आयुष्य. कोण तरी हव कोण तरी हव म्हणत शोधत होतो

इतके वर्ष मी कुणाला तरी आणि आता मिळाली कोण तर परत तूच. बर एकटी असती तर ठीक पण तुझ्यासोबत नवरा मुलगी सासू. आणि एवढ सगळ असताना तू मला मला प्रेम आहे म्हणतेस. तुला नाही का भीती कसली ? नवऱ्याला कळाल तर काय होईल ? आणि किती काय झाल आख्ख जग तुझ्यासाठी मी एक केल मनातल माझ्या सगळ सगळ प्रेम तुला दिल तरी अशा वेळेला म्हणजे काय उलट- भलत झाल तर तू तुझ्याच नवऱ्याला निवडणार. मग पुन्हा मी एकटा पडणार. मग कोण मला सांभाळणार. मी कुठ जायचं ? आयुष्य माझ पण पडल आहे न पुढ? मग तू का माझ्या आयुष्याला तुझ्या नियमात बसवू पाहतेस ? मला माझ काही मत नाही का ? राज्य आहे माझ तुझ्यावर. तुझ माझ्यावर प्रेम आहे. पण तुला तुझ आयुष्य आहे. तुझ-तुझ अस एक वेगळ जग आहे. पण माझ तस नाहीये. तू आहेस माझ जग तस पण ते माझ जग तुझ्या अमितकड गहाण आहे. मग ? बोल काय करू मी ?

प्रतीक्षा : अरे हो हो किती बोलशील काय झाल अजिंक्य ? कोण काय बोलल का तुला ?

अजिंक्य : अंजलीने मला प्रपोझ केलय मगाशी ?

प्रतीक्षा : वाटलच मला मगाशी तिचाच कॉल असणार ? काय म्हणली ?

अजिंक्य : माझ्याशी लग्न करशील का ?

प्रतीक्षा : वाह...... मग मीही बोललेच होते न ती परफेक्ट आहे तुझ्यासाठी. कर न लग्न तिच्याशी.

अजिंक्य : खर करू ?

प्रतीक्षा : हो का काय झाल ?

अजिंक्य : चांगल आहे. प्रेम आहे म्हणायचं. भेटल कि प्रेम करायचं. आणि कोणी माझ्या आयुष्यात आल तर तेही तुला चालत ?

प्रतीक्षा : माझ लग्न झाल तरी चालले न तुला मी ? मग मला हि चालेल. मला तू आनंदी हवास. बाकी तुझ्या आयुष्यात कोणीहि असो मला नाही फरक पडणार.

अजिंक्य : मी तिला नाही म्हणालो आहे.

प्रतीक्षा : का ?

अजिंक्य : एकतर मला तू हवी किंवा मग कुणीच नको.

प्रतीक्षा : हा कसला रे तुझा बालिश हट्ट ?

अजिंक्य : हट्ट म्हण किंवा बालिशपणा म्हण पण हाच माझा अंतिम निर्णय आहे.

प्रतीक्षा : तुला माझी शप्पथ आहे. तू कर लग्न तिच्याशी .

अजिंक्य : नको.... शप्पथ नाही पाळत मी. माहितीय ना तुला ? त्यामुळे मी नाही करणार तिच्याशी लग्न आणि नाही तुझी शप्पथ मानणार. मी काल ....

प्रतीक्षा : काय काल काय ?

अजिंक्य : बाटली आणलीय.

प्रतीक्षा : कसली ? बिअर, वाईन ? तू दारू प्यायला लागलास ? कशाला अरे चांगल नसत पिण. आणि तुझी नशा तुझी चित्र होती ना ? मग दारू कशाला ?

अजिंक्य : कीटकनाशक

प्रतीक्षा : हा ते कशाला ? शेती करणारेस का ?

अजिंक्य : घरात गुलाबाची कुंडी आहे त्या साठी आणलीय. ती फुल विकणारे जाऊन खाली.

प्रतीक्षा : काय बोलतोयस तू ? वेडा झालायस का ?

अजिंक्य : मग तू काय विचारतेस ? मी काय शेतकरी आहे का ? ते प्यायला आणलय मी.

प्रतीक्षा : आजी....आजी..अजिंक्य असल काय करू नकोस तुला माझी शप्पथ आहे.

अजिंक्य : मला नकोय शप्पथ तुझी आणि तूपण. मला तू नसशील मिळणार तर व्यर्थ आहे माझ हे आयुष्य.

प्रतीक्षा : नाही तुला शप्पथ आहे मी तुझ्याकडे येते आत्ता. मला काही माहित नाही तू काहीही करू नकोस. मी येई पर्यंत असल.

अजिंक्य : नको येउस. मी जिवंत नसेन. उगीच केस झाली तर पोलीस तुला धरतील. त्रास देतील आणि तुला पुण्याला जायचय न ? माझ्यामुळे राहील ते. नको येउस.

प्रतीक्षा : तू ऐकणारेस का नाही माझ? तू काहीही करणार नाहीस असल.

अजिंक्य : मी करणार आहे म्हणून सांगतोय.

प्रतीक्षा : नाही करायचं तू काही. तुला माझी नाही न चालत तर तुला आपल्या प्रेमाची शप्पथ आहे अजिंक्य.

अजिंक्य फोन कट करतो.

18

टिक टिक.. ठीक !

घड्याळाचा काटा टिक-टिक करत त्या गोल आकृतीतच गोलाकार फिरत होता. वेळ पुढ सरत होता. दार वाजल. पण अजिंक्यला शुध्द नाही. एकदा दोनदा तीनदा दार वाजलं पण त्याच मन उचल खाईना. शेवटी पायात बळ एकवटून तो कसाबसा दारात पोचला आणि त्यान दार उघडल. डोळ्यातून येणाऱ्या पाण्याला पुसत प्रतीक्षाने आत येत अजिंक्यला घट्ट मिठीतच घेतल. म्हणजे इतरवेळी अजिंक्य मागं लागायचा तिच्या कि मिठ्ठी ये , पण आज आता तिनेच न विचारता त्याला जवळ घेतल होत. आता पुढे काय बोलायचं तिला कळेना. तिच्या मिठीतून बाहेर कस पडायचं त्याला कळेना. पंखा बंद होता. गरम होत होत. तिने सिल्कची साडी नेसलेली. त्यामुळे तर अजूनच त्याला गरम होत होत. पण आनंद पण होताच स्वर्गसुखाचा. नको वाटत होत त्याला त्या मिठीतून बाहेर पडायला. मग शेवटी प्रतीक्षानेच त्याला मुक्त केल आणि एक जोरात अजिंक्यच्या गालावर लगावली.

प्रतीक्षा : एवढा जीव स्वस्त झालाय का तुझा सांग मला ?

अजिंक्य : हो बहुतेक . तुला काय त्याच ? तू आहेस न तुझ्या तुझ्या जगात सुखी ? मी नाहीये माझ्या जगात सुखी, आनंदी. म्हणून देतोय जीव.

प्रतीक्षा : अस कितीस जग आहे तुझ सांग मला पण जरा ? आणि का इतका त्रास होतोय तुला ते पण सांग.

अजिंक्य : माझ जग मोठ नाही. एक अजिंक्य आणि एक प्रतीक्षा सोडून माझ्या या जगात तिसर कोणीच नाही. आणि या माझ्या जगातली तू एक प्रतीक्षा , ती ही गहाण आहे त्या तुझ्या अमितकडे आयुष्यभरासाठी. मग कोलमडलेल्या या जगाला मी अजून सावरू किती ? आणि का ? काही गोष्टींचा ताळमेळ लागत नाही. कुणाशी माझी तुलना होत नाही. इतका क्षुद्र वाटायला लागलोय माझा मलाच मी. असल जग काय कामच जिथ आपल माणूसच आपल्या सोबत नाही. अथांग समुद्र खुल्या डोळ्यासमोर आहे आणि मी असा त्या किनाऱ्यावर. पण तहान लागली तर घोट भर त्या समुद्रातल पाणी हि मी पिऊ शकत नाही. मग उपयोग काय त्या विशाल समुद्राचा ? तूच सांग मला.

प्रतीक्षा : म्हणजे ?

अजिंक्य : माझ्या मनात फक्त तुझ्यासाठीच प्रेम निपजतय. तू माझ्या जवळ आहेस. पण मला थोडस हव असेल प्रेम कधी तर ते मात्र मी मिळवू शकत नाही. मग उपयोग काय आहे आपण भेटून . तू माझ्या जवळ असून. माझ तुझ्यावर प्रेम आहे अस हक्कान म्हणून ? सगळ व्यर्थच आहे ना. आणि अशा सगळ्या गोष्टींसोबत बाकीचा त्रास हा आहेच. आणि तू म्हणतेस कि मी जगाव. का ? दे उत्तर मला.

प्रतीक्षा : तू मला वचन दिलेलस कि माझ्या आधी तू मला सोडून जाणार नाहीस. अगदी मरताना पण तू आधी जा पण मी तुला एकट सोडून जाणार नाही. विधवा पणाच, एकटेपणाच दुखः तुला सोसू देणार नाही. मग का चाललायस मला सोडून ?

अजिंक्य : ते वचन तुझ्या प्रेमासारख विरल आता. आणि माझ्याशी लग्न केल असत तर ते वचन लागू पडत होत. जर-तर चा प्रश्न आहे. आहे का तू सोबत ? झालय का लग्न आपल ? नाही काहीच नाही झाल. मग हि असली जुनी पुराणी वचन-शपथा सांगून मला त्रास नको देऊस. हे बघ त्या वचनांना शपथांना बघितलेल्या स्वप्नांना अर्थ तेव्हाच राहिला असता जेव्हा आपल लग्न झाल असत. पण नाही काही झाल.

प्रतीक्षा : ती बाटली कुठ आहे.

अजिंक्य : कसली ?

प्रतीक्षा : विषाची ?

अजिंक्य : कसल विष ?

प्रतीक्षा : काय बोलतोयस तू वेड्यासारखा कीटकनाशक आणल आहेस ना ? कुठ आहे ती बाटली ?

अजिंक्य : नाही काय आणल.

प्रतीक्षा : अजिंक्य , खोट नको बोलूस.

अजिंक्य : खोट नाही बोलत खरच नाही आणली मी बाटली कसली.

प्रतीक्षा : प्लीज दाखव मला खोट बोलतोयस तू माहितीय मला.

अजिंक्य : तुझी शप्पथ प्रतीक्षा नाही आणली मी कसलीच बाटली. घरातच आहे मी कालपासून कुठ नाही गेलो.

प्रतीक्षा : मगाशी तूच म्हणालास ना शप्पथ मनात नाहीस ,पाळत नाहीस तू मग ?

अजिंक्य : तू तर मानतेस ना ? आणि तुझी शप्पथ घेऊन खोट बोलण्याइतपत नीच नाही मी.

प्रतीक्षा : अस नाही माझा आहे तुझ्यावर खूप खूप.... खूप विश्वास. नक्की ना आणल नाहीस न तू विष ?

अजिंक्य : एकीकडे खूप खूप विश्वास आहे म्हणतेस आणि एकच प्रश्न चारदा विचारतेस. का ?

प्रतीक्षा : तुझी काळजी वाटतेय अजिंक्य , का असा वागतोस रे. जीवाला घोर लावतोस. जगू कि मरू होत क्षणाला. तुझ्याकड सगळ सोडून याव वाटत.

अजिंक्य : ये मग केव्हाचा तयार आहे मी.

प्रतीक्षा : पण येऊ शकत नाही.

अजिंक्य : मग ?

प्रतीक्षा : मग बिग काय नाही पहिलं मला वचन दे चल तू, परत असला आत्महत्येचा विचार करणार नाहीस

अजिंक्य : हम

प्रतीक्षा : हम नाही दे.

तो तिला हातावर हात ठेवून वचन देतो. तो तिच्याकड ती त्याच्याकडे बघते. डोळ्याला डोळे भिडले जातात. नजरानजर हटत नाही. आता मगापासून होणार गरम आता अंगात एक रग अली. अंगावर

काटा आला. प्रतीक्षाच्या ओठांच्या वरच्या बाजूला आणि कपाळावर घाम आला. अजिंक्याच्या तळव्याला घाम फुटला. आता वेळ घालवण म्हणजे पुन्हा तिला तसच सोडून देण्यासारख पाप तो करणार होता. म्हणून त्यान ठरवलं आता प्रेम मिळवूनच तिला सोडायचं. प्रतीक्षाच्या मनाची हि घालमेल वाढत चाललेली. अजिंक्यच्या डोळ्यात दिसणारी प्रेमाची भूक ती अपुरी सोडणार नव्हती. तिला परिपूर्ण करायचं होत अजिंक्यला. जगात आज काहीही होऊ. आकाशपाताळ एक होवो. पण अजिंक्यच्या मर्जीनेच सगळ होईल आणि मी त्याला साथ देईल या निश्चयाने अजिंक्यने काही हालचाल करायच्या आत ती त्याच्या मिठीत शिरली.

केवढा तो आधार वाटत होता तिला. नुस्त त्यान जवळ घेतल तर डोक्यातल्या सगळ्या-सगळ्या विचारांचा विसर पडला तिला. हाच जर माझा जोडीदार असता तर आयुष्य आत्ताच काहीस वेगळ असत अस तिला वाटल. अजिंक्यने तिला अजून घट्ट मिठीत ओढलं. आणि तिच्या केसांत नाक घुपसून केसांचा वास घेत तिला घट्ट आणखी घट्ट जवळ ओढत होता तो. आई.....ग असा प्रतीक्षाच्या तोंडून आवाज आला. हळू धर ना. अस तिने त्याला सांगितल पण अजिंक्यच्या आतला पुरुष त्याचा पुरुषार्थ खऱ्या अर्थाने जागला होता.

एरवी मुळूमुळू रडणारा , प्रतीक्षाच्या आठवणीत झुरणारा , तिच्यासाठी हलक्या मनाने कविता लिहिणारा अजिंक्य आता पुरुषी हक्क बजावत होता. आणि त्याची जाणीव तिला हि होतच होती.

नवऱ्याच्या स्पर्शानंतर तिला हा असा हक्काचा ओळखीचा स्पर्श खूप काही सुख देत होता. अमित पेक्षा हि जास्त. आणि यातच ती सुख शोधू लागली. आणि सगळ आता माझ आहे ते पुन्हा एकदा अजिंक्यला द्यायचं या तयारीत ती होती. दोघ खाटेवर गेली. अजिंक्य प्रत्येक चुंबनात नकळत अंजलीला हि आठवत होता. काय होत होत त्याला कुणास ठाऊक पण तिचा विचार त्याला प्रतीक्षा पासून कुठे तरी लांब नेत होता. आणि एरवी अमित अमित करणारी प्रतीक्षा आत्ता या घडीला अमित पासून दूर येऊन अजिंक्यच्या उराशी येऊन पोचलेली. काय घडणार पुढ ? काय होईल पुढ याचा जराही अंदाज न घेता. दोघांच प्रेम

चालू होत. आणि आता खर हे जोडप प्रेमात लीन होऊन आनंद घेण्याच्या मार्गात होत, तोच दारात अंजली येऊन थांबली. आणि तिने दार वाजवल.

19

स्पंदण !

वाढलेल्या हृदयाच्या स्पंदनाना धीम करत अजिंक्य प्रतीक्षापासून उठून दारापाशी जातो. दाराच्या होलातून बघतो तर दारात अंजली. हि इकड काय करतीय ? अंजली तर पुण्याला असते. कॉल नाही मेसेज नाही सरळ आज इकड. कधी नव्हे प्रतीक्षा त्याच्या जवळ आलेली. दोघ एकमेकात रमून प्रेमाचा आनंद घेत होती. आणि त्यात हे अंजली नावच विरझण पडल. आता काय करायचं ? प्रतीक्षाला इथ बघून ती चिडेल. आणि प्रतीक्षा हि चिडेल. दोन्ही बाजून कोंडीत पकडला गेला अजिंक्य.

खाटेपाशी जाऊन त्यान कानात प्रतीक्षाच्या सांगितल,

अजिंक्य : बाहेर अंजली आलीय.

प्रतीक्षा : मग ? मी काय करू उघड दार.

अजिंक्य : नको तू आत जा.

प्रतीक्षा : पण तिच्यासाठी तू आता मला आत पाठवणारेस का अजिंक्य ?

अजिंक्य : प्लीज समझून घे आताच्या माझ्या स्थितीला. थोडाच वेळ.

प्रतीक्षा उठते. साडीचा पदर नीट करते. तोही तिला मदत करू लागतो. पदर निट करायला. तो तिचा पदर खांद्याला धरून सेफ्टी पिन लावून देतो आणि आत जा म्हणतो. ती जाता जाता त्याच्या गालाला आपले ओठ टेकवते. आणि त्याच्याकड बघून गोड हसते. लवकर पाठव तिला. अस म्हणून ती आत किचन मध्ये जाऊन खुर्चीवर बसते.

अजिंक्य जाऊन बघतो प्रतीक्षा नीट आहे का. तेवढ्यात अंजलीचा त्याला कॉल येतो. तो कट करतो आणि पळत जाऊन घाईत दार उघडतो.

अंजली : एवढा वेळ का रे लागला दार उघडायला काय करत होता ?

अजिंक्य : काही नाही आत होतो.

अंजली : खर का ?

अजिंक्य : खरच. तू इथ काय करतीस आज जॉब नाही का तुला ? आणि मला न कळवता आलीस ? मी आलो असतो कि पुण्याला. सांगायचं ना.

अंजली काही न बोलता. त्याला दारातच मिठी मारते आणि रडायला लागते. त्याला सुचत नाही काही. म्हणजे एकीकडे ह्या खास मैत्रिणीला सांभाळून धीर देऊ का ? जी आत मला प्रेम द्यायला माझी वाट बघत बसली तिच्यासाठी हिच्यापासून लांब राहू काहीच कळेना. तो तिच्या खांद्याला धरून बाजूला करण्याचा प्रयत्न करतो पण छे......! ती कुठली सोडतिय मिठी. आधीच तिने त्याला काल प्रपोज केलेलं. त्यामुळे अजिंक्यने होकार देऊ वा नकार तिने त्याच्यावर हक्क गाजवायला सुरुवात केली. सुरुवात पहिली मिठीपासुनच झाली.

अजिंक्य : एक मिनिट..... बोल न तू. ये आत बस. बोलू निवांत.

अंजली : थांब न मला बर वाटतय तुझ्या मिठीत.

प्रतीक्षाला राहवेना तिला राग यायला लागला. म्हणजे आत्ता पर्यंत जो अजिंक्य माझा होता. माझ्या मिठीत होता. तोच अजिंक्य आत्ता या क्षणाला मी जवळ असताना. त्याच्या घरात असताना दुसऱ्या मुलीच्या मिठीत जाऊ कसा शकतो. राग आला तिला पण ती बाहेर जाऊ शकत नव्हती. दोन मिनिटांनी अंजली जाऊन खाटेवर बसते. अजिंक्य हि तिच्या जवळ जाऊन बसतो.

अजिंक्य : काय झाल ?

अंजली : काल रात्री आपल बोलण झाल त्या नंतर समीर आला. त्यान खूप भांडण केल. मला रस्त्यात कानाखाली मारली. आणि ऑफिसमधल्या माझ्या कलीगला खूप काही खोट सांगितल माझ्याबद्दल. माझ्या ताईच्या नवऱ्याला सांगितल मी मुलांसोबत फिरते. त्यांच्यासोबत राहते आणि झोपली पण असेल त्यांच्यासोबत अस काही त्यांना बोलला. जीजू माझ्यावर चिडले. ताई मला बोलली. हे

प्रकरण घरी गेल. आई बाबा सागळेच माझ्यावर चिडले. घरी ये बोलले सगळ सोडून आई मला. ते झाल आणि काल माझ्या बॉसने मला रात्री मेसेज केलाय. कि मला तू आवडतेस अंजली. माझ्याशी लग्न करशील का ? काय म्हणजे किती त्रास आहे डोक्याला समजत नाहीये मला. एक मिनिट हा.

अजिंक्य : काय झाल ?

अंजली : बॅग आणते आत. बाहेरच राहिली.

अंजली जाऊन बॅग आणते.

अजिंक्य : बॅग का घेऊन आलीस. काय आहे त्यात ?

अंजली : कपडे.

अजिंक्य : कुठ चाललीस कपडे घेऊन ?

अंजली : चालली नाही आलीय तुझ्याकडे. ए ऐक ना अजिंक्य. मी इथे राहू तुझ्याजवळ दोन दिवस ?

अजिंक्य विचारात गुंग होतो.

अंजली : सांग ना.

अजिंक्य : हो रहा ना.

अंजली : थँक्स .मला ना. खूप एकट वाटतय. खूप कस तरी होतंय. काय गरज होती का समीरला अस वागायची. चुकले मी त्याच्यावर प्रेम करून.

अजिंक्य : सोड त्याचा विषय. आत्ता तू माझ्यासोबत आहेस ना ? शांत हो. मी आहे ना.

अंजली : अजिंक्य ...

अजिंक्य : काय ?

अंजली : मला तुझी गरज आहे.

अजिंक्य : हा आहे ना मी सोबत. डोंट वरी.

अंजली त्याच्या बाजूला सरकत त्याच्या खांद्यावर डोक टेकवून त्याला मिठी मारते.अजिंक्य तिच्या पाठीवरून हात फिरवून तिला आधार देत असतो. आणि मग अंजली त्याच्या मिठीत राहूनच झोपण्याचा प्रयत्न करते. अजिंक्य तिला सरकवून उठतो. ती खाटेवर पडते. आणि लगेच उठते.

अंजली : काय झाल ?

अजिंक्य : मी नाही हे करू शकत.

अंजली : का ? मी नाही का आवडत तुला ? तू काल मला नाकारलं तरी आज मी हक्कान तुझ्याकडे आले. आणि तू आता हि पुन्हा तसच करतोयस. दुखावतोयस तू मला.

अजिंक्य : अस काही नाही अंजली. कस सांगू तुला मी. मी प्रेम फक्त प्रतीक्षावर केलंय आणि तिच्यावरच करतो.

अंजली : माहितीय मला. पण ती करती का तुझ्यावर तितक प्रेम ? नाही न. इतक प्रेम करत असती तर आज ती तुझ्याजवळ असती.

अजिंक्य : त्याला कारणीभूत मीच आहे ना.

अंजली : कारण काहीही असो खर प्रेम अस किड्डकमिड्डूक गोष्टींनी तुटत मोडत नाही.

अजिंक्य : हो पण मला नाही सहन होत. तिचा विरह. आणि नाही मला सवय कुणाच्या स्पर्शाची. तिच्या स्पर्शाची सवय आहे मला.

अंजली : माझी हि होईल तुला. मला साथ हवीय तुझी. तू म्हणशील ते मी ऐकेन.

अजिंक्य : हे बघ वेड्या सारख नको करू. तू नीट विचार कर. भावनेच्या भरात केलेले विचार नेहमी पुढे त्रासदायक ठरतात. हे बघ अनु , तू आय.टी.कंपनीत काम करतेस. कॉम्प्युटर इंजिनिअर आहेस तू आणि मी ? साधा चित्रकार आणि फिल्मसाठी स्टोरी लिहिणारा लेखक. काहीच जुळत नाही आपल.

अंजली : तुलना कामाची, शिक्षणाची, पगाराची नाही प्रेमाची कर. तुझ्या प्रतीक्षाच्या आणि माझ्या प्रेमाची. आठव तिच्या डोळ्यातल तुझ्यासासाठीच प्रेम आणि आता बघ माझ्या डोळ्यातून सांडणार तुझ्यासाठीच खूप सार प्रेम.

अजिंक्य : दिसतय जाणवतय.पण..

अंजली : पण काय ?

अजिंक्य : पण मी नाही रोखू शकत माझ्या मनाला प्रतीक्षाकडे जाण्यापासून.

अंजली : ती होणारे तुझी ? कायमची ?

अजिंक्य : नाही.

अंजली : मग तू काय करणार आहेस पुढे ?

अजिंक्य : काय नाही काम एक्के काम.

अंजली : सारासार विचार कर म्हणतोयस मला तो नियम तुलाही लागू पडतो. सारासार विचार कर. प्रतीक्षाला आत्ता एक मुलगी आहे. उद्या अजून एक बाळ होईल. ते पुण्यात असतील. तुझ्याकड ती ठरवून पण येऊ शकणार नाही. तू इकड सातार्‍याला असशील. मला काय कोणीही मिळेल दुसरा पण मला तुझी आठवण येत राहील हे मात्र नक्की. पण खात्रीने मीही सांगू शकत नाही कि मी तुझ्याकडे कधी येऊ शकेन. बंधन असतात अजिंक्य घरात लग्नानंतर नवर्‍याच त्याच्या आई बाबांचं झालेल्या पोरांचं. अडकून जाते मुलगी. कस येणार कोण तुझ्याकड. आठवणी शिवाय काय असणारे सांग तुझ्याकडे माझ्याकडे ? तू विचार कर ना. प्रतीक्षा तुझी नाही राहिली. हे तुला मान्य कराव लागेल कारण हेच सत्य आहे. आणि आत्ता मी तुझी होऊ पाहतीय अगदी मनापासून. मला नाहीतर निदान माझ्या प्रेमाला समजून घेण्याइतपत तुला समज आहे. माहितीय मला. तू जसा बोलतोस तसाच तू आहेस. मग आता का अस वागतोयस. माझ काय चुकल , मला काय झाल तर मला समजून सांगतोस. बदल घडवायला लावतोस. चूक सुधारायला लावतोस. मग स्वतः आता तू चुकतोयस तर तू का चूक सुधारून घेत नाहीस.

अजिंक्य : मला प्रतीक्षा आवडते.

अंजली : परत तेच , ती तुझी नाही. तुझी होणार हि नाहीये.

अजिंक्य : आणि झाली तर ?

अंजली : मी स्वतःहून तुझ्या आयुष्यातून निघून जाईन.

अजिंक्य : कुठे ?

अंजली : जाईन कुठे तरी लांब. माझा त्रास होणार नाही माझी आठवण येणार नाही तुला इतक्या लांब.

अजिंक्य : मग येतीच कशाला जवळ तुलाच त्रास होईल.

अंजली : हो पण प्रतीक्षा भेटलीच नाही तुला तर ? मी का माझ प्रेम वाया घालवू अजमावू दे मला. जिंकले तर माझ नशीब आणि हारले तरी माझच नशीब. ऐक तू प्रतीक्षाचा नाद सोड. माझ्यासाठी

प्रतीक्षा बाहेरच्या खोलीत येऊन ,

प्रतीक्षा : खर बोलतीय अंजली, माझा नाद सोड. मी तुझी नाही होऊ शकत कितीही ठरवल तरी. यात तुला त्रास होतोय अजिंक्य, आणि अंजलीच प्रेम गुदमरतय आपल्या या नात्याच्या गुंत्यात.

अजिंक्य : मी काय करू समजेना.

प्रतीक्षा : तिच्याशी लग्न कर. आणि तू त्याला कायम आनंदी ठेव. माझ पाहिलं प्रेम अजिंक्य. अंजली : तूच का प्रतीक्षा ?

प्रतीक्षा : हो.

अंजली : इकडे काय करतीस ? आणि इतका वेळ आत काय करत होतीस ?

प्रतीक्षा : भेटायला आलेले. पण आता जाते. तुम्ही बसा. बोला.

अजिंक्य उठून तिच्यापाशी जातो.

अजिंक्य : थांब ना , नको जाऊस मला तुझी गरज आहे.

प्रतीक्षा : तुझ्यापेक्षा तिला तुझी गरज आहे. दे प्रेम तिला. मी काय आणि ती काय महत्वाच आहे ते प्रेम. प्रेम हरवून बसण खूप मोठ दुखः आहे. नाही कळणार तुला. त्याला मुलगी व्हाव लागत. दे तिला प्रेम. मी जाते. आणि हो मी पुण्याला चाललेय आज रात्री. काळजी घे जमल तर कॉल कर मला. किंवा मी करेन तुला कधी वेळ असला तर सांग.

अजिंक्य : नको ना जाऊ थांब ना.

प्रतीक्षा : जाते.

प्रतीक्षा निघून जाते. डोळ्यातल्या पाण्याला डोळ्यात अडवून. अंजली आणि अजिंक्य तिला पायऱ्या उतरताना बघत असतात.

20

असून, काहीच कळत नाही !

अंजली अजिंक्य दोघ आत घरात येतात.

अजिंक्य : तू काय खाल्लस का ?

अंजली : हो , येताना स्वारगेटला कॉफी पिली होती.

अजिंक्य : ते काय खाण आहे आहे का ? आणि आमच्यात इकड साताऱ्याला कॉफी पितात तुमच्या पुण्यात कॉफी खातात का ?

अंजली : ए नाहीरे काहीही काय ?

अजिंक्य : मग मी काय विचारतोय आणि तू काय सांगतीयस.

अंजली : जे केल ते सांगितल ना.

अजिंक्य : चल फ्रेश हो. जेवायला जाता आपण.

अंजली : का आज तु बनवल नाहीस का जेवण तुझ्या हाताने ?

अजिंक्य : नाही. बनवणार होतो. पण नाही बनवल.

अंजली : प्रतीक्षा आली मग कस करशील हो ना ?

अजिंक्य : अस काही नाही. जा आवर. आत डावीकड बाथरूम आहे. तिथे आत बेडरूम मध्ये कपाटात गुलाबी टॉवेल आहे. तो घे. मी तो वर शर्ट चेंज करतो.

अंजली आत जाऊन तोंडावर पाणी मारते फक्त आणि बेडरूम मध्ये जाऊन अजिंक्यला हाक मारते. तो आत जातो.

अजिंक्य : काय झाल ग ?
अंजली : काही नाही. कोणता घेऊ टॉवेल ?
अजिंक्य : तो काय समोर एकच आहे न गुलाबी.
अंजली : हम , अरे हा दिसला. हे काय तू शर्ट नाही चेंज केला ?
अजिंक्य : कुठला घालू समजेना.
अंजली : मी सांगू ?
अजिंक्य : हम.
अंजली अजिंक्य त्याच्या कपाटात बघत असतात.
अंजली : हे बघ मी काळा घातलाय पंजाबी ड्रेस आणि त्यावर बघ पांढरी डिझाईन आहे तू ना पांढरा टी-शर्ट घाल खूप भारी दिसेल. आणि ती केस निट कर.
ती त्याला शर्ट कपाटातून काढून देते.
अजिंक्य : जा बाहेर .चेंज करतो.
अंजली : शर्ट तर बदलतोयस फक्त अजिंक्य त्यात काय लाजतोयस.
अजिंक्य : नको जा तू.
ती बाहेरच्या खोलीत जाते. अजिंक्य हि मागून लगेच बाहेर येतो. तो कुलूप लावतो. दोघ पायऱ्या उतरून खाली येतात.
अंजली : तुझी गाडी कुठाय ?
अजिंक्य : आहे कि , अग आपल्याला आधी शोरूमला जायचंय
अंजली : का ?
अजिंक्य : नवीन गाडी बुक केलीय मी गुढीपाडव्याला पण त्याची आज डिलिव्हरी मिळणारे.
अंजली : वाह कोणती घेतली.
अजिंक्य : व्हाईट बुलेट.
अंजली : वॉव सो कुल....
अजिंक्य : चल जाता मगाशी त्यांचा मेसेज आलेला....
दोघ जातात. अजिंक्य एका जाणाऱ्या रिक्षाला थांबवतो. दोघ त्यात बसतात. आणि जातात. शोरूमपाशी आल्यावर दोघ उतरतात. सगळ्या फोर्म्यालिटीज झाल्या आणि अंजली अजिंक्याच्या मागे गाडीवर बसली. त्याने बटण दाबल आणि धाड-धाड-धाड आवाज करत इंजिन सुरु झाल.

अंजलीने त्याला घट्ट कमरेला धरल. आणि गाडी नवीन होती म्हणून तो हळू हळू उजव्या रस्त्यावरून बाहेर आला. समोरून डावीकडच्या रस्त्यावरून प्रतीक्षा आणि अमित तिच्या नव्या गाडीवरून त्या गाडीच्या शोरूम मधून आले. प्रतीक्षा बघतच राहिली अजिंक्यला. अंजली त्याला घट्ट धरून बसलेली. तिने त्याला जिथ कमरेला धरलेलं तिथ एक नजर टाकली. अजिंक्यने गॉगल घातला तिच्या पासून नजर चोरून घ्यायला. आणि मग तो निघून गेला. प्रतीक्षा त्याला वळून बघत होती.

इकड अंजली अजिंक्य रस्त्याने चांगल कुठल हॉटेल दिसत का बघत जात होते.

   अंजली : आपण कुठ चाललोय आता ?

अजिंक्य : जेवायला

अंजली : गाडीची पूजा कधी करायची ?

अजिंक्य : तसल काही मी मानत नाही.

अंजली : अरे पण करायची असते. निदान लिंबू मिरची तरी लाव. नवीन गाडीला.

अजिंक्य : अंधश्रद्धाच करायची असेल तर मग पुजा केलेली बरी कि .

अंजली : बर मग कुठल्या हॉटेलला जायचं.

अजिंक्य : तेच कळेना . चांगल दिसेना हॉटेल. लांब आलोय आपण आता खर.

अंजली : ते बघ चांगल दिसतय.

अजिंक्य निट बघतो. तर ते हॉटेल नेशन ७२ असत. जिथ प्रतीक्षा अजिंक्य गेलेले असतात.

अंजली : चल इथेच थांबता.

तो गाडी तिथ नेऊन थांबवतो. तिथल्या माणसाला सांगतो गाडी नवीन आहे लक्ष ठेवा. आणि आत जातात दोघ.

दोघ बसलेली असतात. काय घ्यायचं खायला दोघ विचार करत असतात. अंजली म्हणते मांसाहारी घेऊन चिकन मालवणी तुला आवडते ना ? तेच खाऊ आपण. तोही होकार देतो. तोवर आधी दोन फ्राय पापड एक स्प्राईट मागवतो. हळू हळू ते खात अंजली त्याच्याशी

बोलत असते आणि अजिंक्य प्रतीक्षाच्या विचारात गढून गेलेला असतो. अंजलीच्या बोलण्याला प्रतिउत्तर फक्त हम, हा, ओके, बर, इतकच आणि मग तिलाही अजिंक्यची घालमेल कळते. ती मग शांतच बसते अजिंक्यला एकटक बघत. अजिंक्य भानावर येत ,

अजिंक्य : हा काय म्हणत होतीस ?

अंजली : तुझ आहे न लक्ष मग मला का विचारतोयस ?

अजिंक्य : सॉरी , जरा ते मी .... ते जरा विचार आले डोक्यात सो,

अंजली : असुदे बोल काय विचार आहेत ? माझ्याशी बोलून मोकळा हो.

अजिंक्य : काही अस विशेष नाही. तेच नेहमीचेच विचार कस होईल पुढ काय होईल. मला नाव करायचं आहे लेखक म्हणून. प्रयत्न करतोय यश मिळतंय पण सेलिब्रेट करायला कोण सोबत नाही.

अंजली : मी आहे ना.

अजिंक्य : हो पण एकटेपणा जाणवतो सतत मला. काहीच कस मला समजत नाही , माझ्या प्रश्नांची उत्तर मला मिळत नाहीत. आणि कुठल्या तरी गोष्टीचा मी विचार केला तर उत्तर राहील बाजूला पण मन कुठतरी भरकटत. समजत नाही का अस होतय. आणि मला काय होतय. सगळ असून पण संपल्यासारख वाटतय मला. म्हणजे सगळ आहे माझ्याकडे आणि राहिलेलं मिळवण्याची ताकद आहे माझ्यात. तेवढ्या पॉझीटीव्ह थिंकिंगचा आहे मी. पण तरी कायतरी कमी आहे माझ्याकड कायम वाटत राहत मला.

तेवढ्यात वेटर येऊन त्याचं बोलण तोडत विचारतो

वेटर : बटर नान कुठे देऊ सर ?

अजिंक्य : तिला द्या. इकड रोटी.

तो वाढतो. दोघ जेवतात आणि जेवण झाल्यावर दोघ घरी जायला निघतात.

अंजली : सनसेट बघयला जायचं का ?

अजिंक्य : कुठ ?

अंजली : इथ असेल न कोणता तरी पोइंट ?

अजिंक्य : एक काम करू चारभिंतीवर जाऊ. तिथून दिसतो.

दोघ मग तिथे जातात. तिथे जाऊन सव्वा सहाच्या सुमाराला सूर्य कास

पठाराच्या डोंगराआड जाताना दोघ बघत होते. सूर्य गेला पण अजून लख्ख प्रकाश होताच. मग तिथून दोघ घरी जातात. आणि टीव्ही बघत बसतात. सगळा रटाळपणा सुरु होता. काही बोलणच होत नव्हत दोघांच्यात.

एक आठ वैगरे वाजले असतील आणि अजिंक्य प्रतीक्षाला कॉल लावतो निघालीस का पुण्याला जायला विचारण्यासाठी. पण ती उचलत नाही. पुन्हा एकदा प्रयत्न करतो पण ती उचलत नाही. बहुतेक अमितच्या शेजारी बसली असेल म्हणून उचलत नसेल या विचाराने तो तिला मेसेज करतो. आणि दहा मिनिट झाले तरी तिचा मेसेज येत नाही. अंजली मग त्याच्याशी गप्पा मारत बसतो. तोही तिच्याशी बोलतो. काही वेळासाठी का होईना तो प्रतीक्षाला विसरून जातो. दोघ अजिंक्यने ऑनलाईन मागवलेल चायनीज पार्सल खातात. आणि अशीच अंजली लाडात येऊन अजिंक्यला भरवायला जाते. तेवढ्यात प्रतीक्षाचा फोने येतो. अजिंक्य अंजलीने चमच्यात धरलेला घास तोंडात घेतो तोच फुडून रडण्याचा आवाज येतो.

अजिंक्य : काय झाल ?

प्रतीक्षा रडत राहते.

अजिंक्य : काय झाल प्रतीक्षा सांगशील का ?

आणि तिथून उठून तो उभा राहतो अंजली हि त्याच्याजवळ जाऊन त्याच्या खांद्यावर त्याला आधाराला हात ठेवते.

आणि प्रतीक्षा बोलते ....

21

पहिला वाईट विचार ?

अजिंक्य सगळी अंगातली ताकद एकवटून कानात आणतो. आणि पूर्ण लक्ष देऊन ऐकतो कि प्रतीक्षा काय म्हणते. पण प्रतीक्षा तर काहीच बोलत नाही. ती अजूनच हुंदके देत रडत असते. अजिंक्य आता अंजलीचा खांद्यावरचा हात झिडकारतो आणि आत जाऊन ग्लासात पाणी घेतो आणि पितो.

अजिंक्य : बोल ना. काय झाल ? तू रडून मला काय कळणार आहे का ?

प्रतीक्षा : अजिंक्य मी पुण्याला नाही गेले.

अजिंक्य : हो. पण का नाही गेलीस ? आणि पुण्याला गेली नाहीस म्हणून इतक रडायचं असत का ? मला तर पटत नाही.

प्रतीक्षा : नाही, अमित आधी पुढे गेला आईना घेऊन ट्रक वाल्याला घर दाखवायला. ट्रक मध्ये समान होत ना. तिकड जाताना.....

अजिंक्य : हा मग? आणि एक मिनिट तुला का नाही घेऊन गेला ?

प्रतीक्षा : इकड माझी आणि अमितची दोघांची दुचाकी होती ना. तर तो बोलला मी उद्या सकाळी सहाच्या बसने निघेन हडपसर वरून आणि मग आपण आपल्या दुचाकीवरून जावू फिरत फिरत पुण्याला.

अजिंक्य : अच्छा. बर मग.

प्रतीक्षा : तो गेला पुण्याला.

अजिंक्य : पुढे ?

प्रतीक्षा : आणि खंबाटकी घाटात त्याचा अपघात झाला.

अजिंक्य : का.........................य ?

प्रतीक्षा रडायला लागते अजिंक्यच्या या प्रतिक्रियेने.

अजिंक्य : रडू नको थांब खूप लागल नाही न ? कसा आहे तो ? आई कशा आहेत आणि सारा कुठाय?

प्रतीक्षा : माझ्या जवळ आहे सारा. झोपलीय. पण दोघं सिरीयस आहेत.

अजिंक्य : तू कुठ आहेस आता मी येतो ?

प्रतीक्षा : दवाखान्यात आहे.

अजिंक्य : कोणत्गा ?

प्रतीक्षा दवाखान्याच नाव सांगते. अजिंक्य घाईत चप्पल घालतो. आणि बुलेटची चावी घेतो. तितक्यात ,

प्रतीक्षा : बोल ना. मला समजत नाहीये काहीच. काय करू मी ? होईल ना रे सगळ ठीक.

अजिंक्य : हो होईल. प्लीज नको टेन्शन घेऊ निघतोय मी आलोच.

प्रतीक्षा : नको येऊस. अमितचे पाहुणे येणारेत. तू कोण आहेस काय सांगू ? मी सांगेन तुला. अमितला शुद्ध आली कि. तू नको येऊस.

अजिंक्य : अग तुला गरज आहे आता आधाराची. कोणे जवळ आता तुझ्या ?

प्रतीक्षा : सारा.

अजिंक्य : अग मोठ कोण आहे का पुरुषमाणूस ?

प्रतीक्षा : नाही.

अजिंक्य : मग येतो ना मी ?

प्रतीक्षा : नको , एक मिनिट. डॉक्टर आलेत.

आणि अजिंक्यला तीच आणि डॉक्टरांच बोलन ऐकू येत असत.

(प्रतीक्षा : काय झाल डॉक्टर. ?

डॉक्टर : आई तुमच्या खूप सिरीयस आहेत. आणि तुमचे मिस्टर अजून कोमातच आहेत. गाडीच्या स्टेरिंगचा छातीला खूप जोरात धक्का बसला आहे मिस्टरांना.

प्रतीक्षा : काळजी करायचं काही कारण आहे का ?

डॉक्टर : काही सलाईन आणि इंजेक्शन लिहून दिलीयत यात ती फक्त आणून द्या.पटकन

प्रतीक्षा : चालेल.)

प्रतीक्षा : बर ऐक मी औषध आणायला जातेय नंतर बोलू.

अजिंक्य : सारा जवळ कोण आहे ?

प्रतीक्षा : नर्सला सांगते लक्ष ठेवायला. बाय

अजिंक्य : हेल्लो ऐक...हेल्लो.

अंजली अजिंक्यच्या जवळ जाते. अजिंक्य बुलेटची चावी पुन्हा ठेवतो.चप्पल काढतो. अंजलीला अंदाज आलेला कि काय झालय पण अजिंक्य कडून जाणून घ्यायला तिने विचारलं काय झालय ? त्यान सांगितल काय झाल ते आणि अंजलीला हि धक्का बसला.

अंजली : आता ?

अजिंक्य : मला सुचत नाहीये काहीच. देव करो आणि दोघांना काही व्हायला नको.

अंजली : कोण दोघ ?

अजिंक्य : असा काय प्रश्न विचारतीस ?अमित आणि त्याची आई.

अंजली : मला वाटल सारा आणि प्रतीक्षा.

अजिंक्य : त्याचं पण टेन्शन आलंय मला. कस ती सांभाळेल. स्वतःला, साराला, परत तिकड गोळ्या औषध आणायचं. कोण नातलग आले तर त्यांच्याकड लक्ष द्यायचं. एकटीला नाही झेपणार नाजूक आहे ग ती. ओळखतो ना मी तिला. जरा काय टेन्शन आल तर कोलमडून जाते अग...नाही झेपत तिला टेन्शन.आणि आता तर हे केवढ मोठ टेन्शन लागलय तिच्यामाग.

अंजली : मग तू का गेला नाहीस ?

अजिंक्य : चाललेलो बघितल ना मी विचारलं पण तिला तर मला म्हणाली. अमितचे पाहुणे येणारेत सो मी कोण ? काय सांगणार म्हणून नको येऊ बोलली. तीच पण एका बाजूने बरोबर आहे. मी कोण आहे काय सांगणार ती.

अंजली : बघ तूच. पडत्या काळात खऱ्या प्रेमाची, आधाराची आणि माणुसकीची गरज असते माणसाला. आणि नेमक तेव्हाच तुला ते

प्रत्यक्षात दाखवता येत नाही तुझ्या प्रतीक्षेच्या बाबतीत. याचा अर्थ...

अजिंक्य : काय याचा अर्थ....... काय ?

अंजली : बिना नावाच तुमच प्रेम आहे. बिना लेबलच तुमच नात आहे. ज्या प्रेमाला तुम्ही तुमच सर्वस्व मानत होता तेच नात कोणा चार पै-पाहुण्यांपासून लपवावा लागतय तुम्हाला या पेक्षा मोठ दुर्दैव काय आहे सांग मला ?

अजिंक्य : हो पण दोष त्यात तिचा काय आहे. तिच्या नवऱ्याचे पाहुणे आहेत ते.

अंजली : तिचे असते तरी तुला जाता आल असत का तिथ ? आणि तिचा दोष नाहीतर काय मग तुझा आहे का ?

अजिंक्य : नाही.

अंजली : मग तुझ्यावर कशाला सगळ ओढून घेतोस. विचार कर आता तरी. नाही काय उपयोग तुझ्या या निस्वार्थी प्रेम करण्याचा. शेवटी तिच्यामुळे तुझ्या प्रेमाला तुझ्या अस्तित्वाला बंधन येत आहेत. कळत का नाहीये तुला.

अजिंक्य : बरोबर बोलतीयस तू.

अंजली : आणि मला एक सांग समजा अमितला काय झाल आणि ती एकटी पडली. आईचा विषय सोड , अमित ला काय झाल तर ?

अजिंक्य : अस नको म्हणू ग. या जन्मात तीला मी विधवा बघू नाही शकत मी.

अंजली : हो पण तू तिच्या नवऱ्याला जिवंत तर करू शकत नाहीस ना परत त्याला काय झाल तर.

अजिंक्य : असल नको बोलूस.

अंजली : हे बघ माणसाने फक्त चांगल्या बाजूनेच विचार करावा अस कुठ लिहून ठेवल नाही. मी तर म्हणते, माणसांनी पहिला वाईट आणि मग चांगला विचार करावा. वाईट झाल तर जास्त दुःख होत नाही. आणि संकटाना तोंड देताना आपल्यात हिम्मत राहते. आणि चांगल झाल तर चांगल व्हाव आपल अस कुणाला वाटत नाही ? प्रत्येकालाच वाटत ना. म्हणून मी विचारलं झालच काय अमितच तर ?

अजिंक्य : मी नाही बघू शकत प्रतीक्षाला त्या अवस्थेत.

अंजली : आणि तुला तिच्यामुळ त्रास होणार असेल तर मला नाही बघवणार तुझ्याकडे.

अजिंक्य : थांब तिला कॉल करून विचारतो. कशी आहे ते.

अजिंक्य तिला कॉल लावतो. पण ती उचलत नाही. दोनदा लावतो पण नाहीच.

अंजली : काय झाल ?

अजिंक्य : उचलत नाहीये ग.

परत लावतो आणि कॉल उचलला जातो पण माणसाचा आवाज येतो.

अजिंक्य : हेल्लो , प्रतीक्षा ?

माणूस : नाही त्या आत आहेत. आपण कोण बोलतय ?

अजिंक्य : मागे कसला आवाज येतोय. तिचे मिस्टर हॉस्पिटल मध्ये आहेत अस कळाल म्हणून कॉल लावला होता.

माणूस : हा अमितची आई एक्सपायर झाल्यात आता कळाल. म्हणून प्रतीक्षा आतच आहे तिथ.

अजिंक्यला समजेना काय बोलाव पण हिम्मत करून त्यान विचारलं,

अजिंक्य : आणि अमित आहे न ठीक ?

माणूस : नाही डॉक्टरांनी प्रयत्न केलेत खूप पण छातीवर दाब पडला आहे आणि कोमातून तो बाहेर येत नाही. आता हि तो ऑक्सिजन वरच आहे. डॉक्टरांनी दहा तासाचा अवधी दिलाय त्यात त्याला शुद्ध अली तर ठीक.

अजिंक्य कॉल कट करतो.

अंजली : काय झाल ?

अजिंक्य : तू म्हणालीस तस झाल. आई गेल्या आणि अमितला अजून शुद्ध आली नाहीये. दहा तास दिलेत त्यात नाही त्याला शुद्ध अली तर.

अंजली : आता ?

अजिंक्य : काय करू मी ? मला राहवत नाहीये इथ. मागून रडण्याचा आवाज येत होता. आणि प्रतीक्षाचा पण आवाज येत होता रडण्याचा.

अजिंक्य रडायला लागला. अंजलीने त्याला जवळ घेतल आणि त्याच्या पाठीवर थाप देत, हळूवार त्याच्या पाठीवर हात फिरवत, केसात हात फिरवत त्याला आधार देत होती. मग अजिंक्यने स्वतःला सावरल

आणि शांत बसला.

तिकड त्यांच अर्धवट चायनीज राहिलेलं.

अंजली : खाऊन घे तू आधी बर वाटेल.

अजिंक्य : नको तू खाऊन घे. उपाशी नको झोपू. तू माझ्याकडे राहायला आलीयेस. नको उपाशी राहू मला नाही ठीक वाटणार ते. प्लीज खा.

अंजली : तू नाही तर मी पण नाही.

अजिंक्य : ऐक ना.

अंजली : नाही जाणार मला पण.

तेवढ्यात अंजलीला कॉल येतो. ती आईशी बोलते आणि बोलता बोलता रडायला लागते. अजिंक्य आता तिच्या बोलण्याकडे लक्ष देतो. ती कॉल कट करते.

अजिंक्य : काय झाल ?

अंजली : ....

22

ती पुन्हा आली

अंजली : आईने प्रॉब्लेम करून ठेवलाय.

अजिंक्य : काय झाल आता ?

अंजली : आईने त्या दिल्लीच्या मुलाच्या घरी कायतरी बोलणी केलीय.

अजिंक्य : हा मग ?

अंजली : अरे त्याची बदली होतीय हैद्राबादला आणि त्याच्या घरच्यांचं मत आहे आम्ही लग्न कराव.

अजिंक्य : कधी ?

अंजली : पुढच्या आठवड्यात.

अजिंक्य : काय ? आणि हे तुला माहित नाही ?

अंजली : मला आता सांगतीय आई. मला विचारलं पण नाही. मला म्हणाली ऑफिस सोडून ये. अस कस ? म्हणजे मला नाही करायचं त्याच्याशी लग्न.

अजिंक्य : मग आता ? नको काळजी करू. होईल सगळ ठीक.

अंजली रडायला लागते.

अजिंक्य : नको रडू अग वेडी आहेस का ? ये इकड काय झाल ? आईला सांग न इतक्यात नको म्हणव लग्न.

अंजली अजिंक्यला मिठीत मारते. तो उठतो. अंजली रडतच राहते. अजिंक्य तिला हाताला धरतो. आणि तिला उठवतो आणि जवळ ओढून मिठीत घेतो. तिच्या डोळ्यातून येणार पाणी थांबायचं नाव घेत नाही. तो

तिच्या केसावरून हात फिरवत राहतो. आणि ती त्याला पाठीला घट्ट धरून त्याच्या अजून जवळ जाण्याचा प्रयत्न करत राहते. मग दोघ बाजूला होतात.

अंजली : काय झाल असेल रे प्रतीक्षाच.

अजिंक्य : काय कळेना. थांब कॉल लावतो.

तो कॉल लावतो पण कोणी उचलत नाही.

अंजली : जा तोंड धुवून ये. अरे हे काय झाल ?

अजिंक्य : ते प्रतीक्षाच्या आवाजाने घाबरून जरा चटणी सांडली.

अंजली : जा शर्ट बदलून ये.

अजिंक्य : हा आलोच रडू नकोस अनु.

अंजली : नाही रडणार. तू म्हणतोस तर. जा बदल.

अजिंक्य आत जातो. अंजली त्याचा मोबाईल घेते पण त्याला पासवर्ड असतो. ती प्रतीक्षा नाव टाकते अंदाजाने आणि........ आणि तिच्या चेहऱ्यावर एक आनंद दिसतो काहीतरी अजब काम केल्यासारखं कारण अजिंक्यच्या मोबाईलचा पासवर्ड उघडलेला असतो. ती फोटो बघायला जाते तोच प्रतीक्षाचा फोन येतो. ती काही न विचार करता कॉल उचलते. अजिंक्य आतच असतो. बाथरूम मध्ये.

अंजली : हेल्लो.

.... : हेल्लो हा कुणाचा नंबर आहे ?

अंजली : अजिंक्य यांचा.

.... : हा मी इथून हॉस्पिटल मधून बोलतोय मगाशी त्यांनी प्रतीक्षा वाहिनीना फोन केला होता. विचारपूस करायला. म्हणून एक सांगायला फोन केलाय सांगाल का निरोप ?

अंजली : हो सांगेन न बोला ?

तो माणूस तिला निरोप सांगतो. आणि ती कॉल कट करते आणि आलेला कॉल लिस्ट मधून डिलीट करते. अजिंक्य बाहेर येतो तोंड पुसत.

अजिंक्य : कोणाशी बोलत होतीस का ग ?

अंजली : नाही रे. बर ऐक ना ?

अजिंक्य : हा बोल ?

अंजली : मी उद्या जाते.

अजिंक्य : पुण्याला ?
अंजली : नाही घरी.
अजिंक्य : कशाला ?
अंजली : नाही जरा काम आहे करून घेते, आणि आई बाबांशी बोलून घेते.
अजिंक्य : हा ठीके. जेवून जा माझ्यासोबत.
अंजली : नाही सकाळी लवकर निघेन.
अजिंक्य : का ग ? माझ्यासोबत नाही का वेळ घालवायचा ?
अंजली : आपला वेळ त्यालाच द्यावा ज्याच्याकडून आपला फायदा होईल.
अजिंक्य : होका ? बर. मग माझ्याकडून काय फायदा नाही का होत ?
अंजली : अस काही नाही, पण मी निघते. अजिंक्य.....
अजिंक्य : हा बोल ?
अंजली : मला माहित आहे हि वेळ बरोबर नाही. तुझ्या आयुष्यात मी आणि प्रतीक्षा यामुळे तुझी झालेली गळचेपी आणि प्रतीक्षाच अस झाल. त्यात तिची सासू वारली. ते टेन्शन आणि अमितच अजून आहेच टेन्शन ति तर खूप मोठी टांगती तालावर आहे तुझ्या मानेवर. पण मला एकदा तुझ प्रेम देशील का रे ? प्लीज मला चुकीच समजू नको.
अजिंक्य : मला इच्छा नाही आणि हे काय बोलतीस तू आत्ता काय चाललय आपल्या आयुष्यात आणि तुला प्रेम काय सुचत.

अंजली : तुझ्याकडे प्रतीक्षा आहे विचारात तिच्या रमायला, झुरायला. माझ्याकडे एकतरी आठवण नको का तुझी ?
अजिंक्य : नको अंजली सॉरी.
अंजली : प्लीज. माझ्यासाठी.
अजिंक्य : प्लीज तू ऐक माझ्यासाठी.
अंजली : प्रतीक्षासाठी तरी प्लीज. तिच्या इतकच तुझ्यावर मी प्रेम करते रे . तुला प्रतीक्षाची शप्पथ.
अजिंक्य : मी शप्पथ मानत नाही आणि पाळत नाही. आणि आधीच ती त्रासात आहे नको तिच्या शपथा घालू.
अंजली : आत्ताच बोललास ना , शप्पथ मानत नाहीस मग प्रतीक्षाची एवढी काळजी वाटते का ?

अजिंक्य : तस नाही पण नको न अनु ऐक प्लीज माझ, चुकीच आहे हे अस करण आपण. ते पण आता.

अंजली : तुला माझ्या प्रेमाची शप्पथ आहे.

आणि अजिंक्याच्या हातातला टॉवेल खाली पडला. हेच वाक्य बोलून प्रतीक्षाने सुरुवात केलेली प्रेमाची, पण पूर्ण झाल नाही प्रेम. आणि आता अंजली. त्याच वाक्याने समोर उभी आहे. अंजली त्याला बघते. आणि त्याच्या मिठीत जाते. अजिंक्यचे हात निर्जीव झालेले असतात. पण काय माहित. शेवटी स्त्रीच्या स्पर्शाने पुरुषार्थ जागा होतोच कधीही. अगदी कधीही. वेळ काळेच भान नाही राहत मग त्याला.

त्यान तिला घेतल जवळ आणि आपल्या ओठांना तिच्या ओठांवर टेकवल. अगदी प्रतीक्षासोबत केल तसच तिला मिठीत घेऊन खाटेपाशी गेला. आणि तिला खाटेवर झोपवतो आणि तिच्या जवळ जातो. ती त्याला त्याच्यावर स्वार व्हायाला अनुमती देते.

दोघांच प्रेम होत. आणि अंजली झोपून जाते. अजिंक्यच्या डोक्यात प्रतीक्षाचा विचार तिच्या वाट्याच टेन्शन इतक होत कि. आता अंजली आणि त्याच्यात जे काही झाल ते चूक आहे का बरोबर याचा विचार करायला हि त्याला उसंत मिळाला नाही. तो जागा होता जेमतेम रात्री तीन पर्यंत.

सकाळ झाली. अंजली आवरून अजिंक्य समोर उभी होती.

अजिंक्य : थांब कि थांबणार असशील तर अनु.

अंजली : नाही अरे मला माझ उत्तर मिळाल. अजून इथे थांबले तर मी नाही रोखू शकणार तुझ्यावर प्रेम करण्यापासून पुन्हा.

अजिंक्य : अस नको म्हणूस. मी आहे सोबत तुझ्या तू अशी नाराज नको होऊ.

अंजली : नको अजिंक्य मी जाते.

दोघ जातात. तो तिला बस मध्ये बसवून देतो ती जाते. अजिंक्य घरी येतो. आणि प्रतीक्षाला कॉल लावतो. मोबाईल बंद असतो. मेसेज पाठवतो पण तोही डिलिव्हर होत नाही. काय झाल त्याला कळत नाही. दहा दिवस तो फक्त विचारात असतो. त्या दहा दिवसात अंजली हि त्याच्याशी बोलत नाही. तीही घरी गेल्यामुळ तिचा हि संपर्क तुटलेला

असतो. मोबाईलची रिंग वाजते. अंजलीचा कॉल असतो.

अंजली : हेय अजिंक्य

अजिंक्य : कुठंयस यार काय फोन नाही काय नाही.

अंजली : अरे सॉरी सगळ घाईत झाल. माझ लग्न झालय.

अजिंक्य : काय ? कुणाशी ? दिल्लीवाला का ?

अंजली : हो.

अजिंक्य : चांगला आहे का तो ?

अंजली : नसला तरी समजून घेईन.

अजिंक्य : हो समजूतदार आहेस तू खूप. माहितीय मला.

अंजली : नाही माहित तुला माझा समजूतदार पणा.

अजिंक्य : म्हणजे ?

अंजली : कळेल. कधीतरी.

अजिंक्य : नको कधीतरी आता सांग.

अंजली : नको वेळ आली कि कळेल.

दोघ बोलत राहतात. आणि मग दोघांच बोलन झाल कि तो बसतो. विचार करत. तेवढ्यात त्याला मेसेज येतो तो बघतो. प्रतीक्षाचा असतो.

    प्रतीक्षा : आहेस का घरी ?

अजिंक्य : हो आहे.

मेसेज पोचला आणि तो मेसेजची वाट बघणार तोच दार वाजत. अजिंक्य जाऊन दार उघडतो. आणि दारात. प्रतीक्षा असते. तिच्या खांद्यावर मान टाकून झोपलेली सारा असते. अजिंक्य तिला बघतच राहतो.

23

पाऊस पडत होता!

दारात प्रतीक्षा बघून कायमच अजिंक्यला प्रश्न पडतो. कि काय कारण आहे ती इथ येण्याच. तसाच प्रश्न आज हि पडला त्याला. तिला तो आत बोलावतो. पण ती माग बघते. एक त्याच इमारतीतला माणूस पायऱ्या चढून वरच्या मजल्यावर जात असतो. तो जायची वाट बघते ती. त्यामुळे प्रतीक्षा आत हि येत नाही आणि अजिंक्यशी काही बोलत हि नाही. आणि तिच्या या गप्प पावित्र्याने तोही गोंधळलेला असतो.

अंजली अजिंक्यला मिठीत मारते. तो उठतो. अंजली रडतच राहते. अजिंक्य तिला हाताला धरतो. आणि तिला उठवतो आणि जवळ ओढून मिठीत घेतो. तिच्या डोळ्यातून येणार पाणी थांबायचं नाव घेत नाही. तो तिच्या केसावरून हात फिरवत राहतो. आणि ती त्याला पाठीला घट्ट धरून त्याच्या अजून जवळ जाण्याचा प्रयत्न करत राहते. मग दोघ बाजूला होतात.

अंजली : काय झाल असेल रे प्रतीक्षाच.

अजिंक्य : काय कळेना. थांब कॉल लावतो.

तो कॉल लावतो पण कोणी उचलत नाही.

अंजली : जा तोंड धुवून ये. अरे हे काय झाल ?

अजिंक्य : ते प्रतीक्षाच्या आवाजाने घाबरून जरा चटणी सांडली.

अंजली : जा शर्ट बदलून ये.

अजिंक्य : हा आलोच रडू नकोस अनु.

अंजली : नाही रडणार. तू म्हणतोस तर. जा बदल.

अजिंक्य आत जातो. अंजली त्याचा मोबाईल घेते पण त्याला पासवर्ड असतो. ती प्रतीक्षा नाव टाकते अंदाजाने आणि........ आणि तिच्या चेहऱ्यावर एक आनंद दिसतो काहीतरी अजब काम केल्यासारखं. कारण अजिंक्यच्या मोबाईलचा पासवर्ड उघडलेला असतो. ती फोटो बघायला जाते तोच प्रतीक्षाचा फोन येतो. ती काही न विचार करता कॉल उचलते. अजिंक्य आतच असतो. बाथरूम मध्ये.

अंजली : हेल्लो.

.... : हेल्लो हा कुणाचा नंबर आहे ?

अंजली : अजिंक्य यांचा.

.... : हा मी इथून हॉस्पिटल मधून बोलतोय मगाशी त्यांनी प्रतीक्षा वाहिनिंना फोन केला होता. विचारपूस करायला. म्हणून एक सांगायला फोन केलाय सांगाल का निरोप ?

अंजली : हो सांगेन न बोला ?

.... : त्यांना सांगा अमित गेला.

अंजली : काय ?

.... : हो अमित जागेवरच गेलेला पण प्रतीक्षाला आई आणि अमितच टेन्शन एकदम नको द्यायला म्हणून आधी आईच सांगितल आणि अमितला बंद व्हेंटीलेटर वर ठेवलेलं. पण आता सांगितल आहे.

अंजली : खूप रडत असेल ना ती ?

.... : हो खूप रडल्या पण आता गप्प बसून आहेत. पाहुणे समजूत काढतायत त्यांची पण नाही सांभाळू शकत त्या स्वतःला. सारा तर एक सारख ओरडतीय बाबा कुठय बाबा कुठय..

अंजली : शिट्ट....काय होऊन बसल हे.

.... : बर मला जाव लागेल तिकडे तुम्ही द्या निरोप त्यांना.

अंजली : हो बर ऐका ना

.... : हा बोला.

अंजली : प्रतीक्षाला सांगू नका तुम्ही अजिंक्यला कॉल केलेला.

.... : का ?

अंजली : बस नका सांगू जरा गैरसमज होतील सो समजून घ्या.

.... : बर नाही सांगत.

अंजली : आणि हा तुमचा मी निरोप पोचवेन अजिंक्यकडे.

दोघांच बोलण होत. कॉल कट होतो आणि अंजली विचार करते कि आता पुढे काय होईल ? मला जे स्वप्न दिसत ते घडेल का अजून काही वेगळ ? पण जे घडेल त्यात नुकसान माझ आणि माझ्या प्रेमच होईल. आणि अजिंक्यला काय झाल तर मी नाही बघू शकत. त्यापेक्षा मीच निघून गेलेलं इथून ठीक राहील. मी करते लग्न त्या मुलाशी. अजिंक्यला त्याच्या जीवावर जगु दे. मला नाही बघवणार त्याला अस रडताना खचताना आणि तेही प्रतीक्षासाठी मुळीच नाही. तिने त्रासाशिवाय काही नाही दिल त्याला. आणि अजून हि तेच करतीय ती. पण अजिंक्य हे समजून घेत नाही मला. त्यामुळे मलाच यापासून दूर जायला हव. असही अजिंक्य माझा विचार करत नाही. तेवढ्यात अजिंक्य येतो आणि तिला विचारतो कुणाशी बोलत होतीस का आणि त्याचं पुढ बोलण होत.

अजिंक्य : अग आत ये कि. दे इकड साराला झोपवतो नीट.

प्रतीक्षा साराला अजिंक्याकडे सोपवते. तो तिला खाटेवर झोपवतो. आणि तिच्या दोन्हीबाजूला उश्या ठेवतो. ती पडू नये म्हणून.

प्रतीक्षा : एकदा कॉल करावासा वाटला नाही ?

अजिंक्य : केला पण लागत नव्हता. मेसेज जात नव्हते.

प्रतीक्षा : पेपर वाचला का ?

अजिंक्य : नाही वाचत मी. तिकड बघ रद्दी पडून असते.

प्रतीक्षा : बर मग आपल्या प्रतीक्षाच काय झाल ती काय सहन करत असते एकदापण विचार नाही आला ?

अजिंक्य : फक्त तुझाच विचार करण्यात वेळ घालवलाय मी अग माझा मला विचारच आला नाही एकदापण

प्रतीक्षा : अंजली कुठ आहे. तिने सांगितल नाही का तुला ?

अजिंक्य : ती गेली तीच लग्न झाल. आणि काय सांगितल नाही मला तिने ?

प्रतीक्षा : अमित गेल्याच ?

अजिंक्य : कधी गेला अमित ?

प्रतीक्षा : त्याच दिवशी ज्या दिवशी तुला फोन केलेला दिरांनी.

अजिंक्य : मला नाही आला कॉल

प्रतीक्षा : हे बघ .

ती मोबाईल मध्ये दाखवते लावलेला कॉल आणि किती वेळ बोलण झाल तेही दाखवलं. आणि कॉल रेकॉर्डिंग पण ऐकवल.

म्हणजे अंजलीने माझ्यापासून लपवल मला त्रास होऊ नये म्हणून. पण मग मला का सोडून गेली. माझ्यावर प्रेम होत तर. काहीच कळेना आता मला.

प्रतीक्षा : कोण नाही रे राहील माझ. सगळ संपल. आता जगातली लोक त्यांच्या घाणेरड्या नजरा. माझ्या अवती भोवती फिरेल.

अजिंक्य : नाही कोण नाही फिरणार मी आहे ना. दहा वेळा विचार कायला लागेल माझ्या प्रतीक्षा जवळ फिरायला.

प्रतीक्षा : काय म्हणालास ?

अजिंक्य : काय ? तुझ्या जवळ फिरायला लोकांना दहा वेळा विचार करावा लागेल.

प्रतीक्षा : ते नाही माझी प्रतीक्षा ?

अजिंक्य : हो माझी आहेस तू ?

प्रतीक्षा : इतक झाल तरी माझ्यावर प्रेम करतोस ?

अजिंक्य : हो आणि करत राहणार.

प्रतीक्षा : मला नाही आता नीट काही वाटत.

अजिंक्य : काय झाल ?

प्रतीक्षा : तूच विचार कर ना. काय करू मी कस जगू. आहेत पॉलिसि , बँकेत पैसे अमितचे. पण आधार द्यायला कोण आहे ? लोक काय एकट बाई बघितल कि झाले सुरु. मग तिच्या पदरात मुलगी असली काय नसली काय. आपल काम भागल कि झाल. जबाबदारी नाही कोण उचलत.

प्रतीक्षा रडायला लागते. अजिंक्य तिला समजावतो. ती त्याच्या जवळ जाते. तिच्या आवाजाने सारा उठते. अजिंक्य तिला थोपटवून झोपवतो. आणि अंजलीला कॉल लावतो. ती उचलत नाही.

प्रतीक्षा : तिला कशाला कॉल लावतोय.

अजिंक्य : तिने का लपवल माझ्यापासून तुझ हे सगळ जाब विचारायचा

आहे.

प्रतीक्षा : मी निघू ?

अजिंक्य : कुठे चाललीस ?

प्रतीक्षा : त्या माझ्या तुटलेल्या संसाराच्या भकास चार भिंतीत.

अजिंक्य : काय करणार आहेस आणि ?

प्रतीक्षा : काय , मोकळीक , शांतता , आणि ठेवलेले दोन फोटो हार घातलेले. या व्यतिरिक्त जगायचं कारण फक्त सारा आहे. बाकी अस काहीच नाही.

अजिंक्य : आणि मी ?

प्रतीक्षा : तुही किती गला साथ देणार ? आार्थिक मानसिक शारीारेक ? पण समाजापासून लपवूनच ना ?

अजिंक्य : अस काही नाही.

दोघ बोलत राहतात. आणि मग नंतर सारा उठते तिघे बाहेर जातात. अजिंक्यच्या पुढ्यात सारा बसते आणि माग प्रतीक्षा बसते. आणि तिघे निघतात बुलेट वरून. तिला आठवत अंजली बसलेली अजिंक्यच्या मागे. ती नकळत अजिंक्यच्या कमरेवर हात ठेवते. अजिंक्य साराशी बोलत गाडी चालवत असतो. इकडे अंजलीला कॉल आलेला दिसतो. ती लावते पण बुलेटच्या आवाजात अजिंक्यला कळत नाही.

मग अजिंक्य सारा प्रतीक्षा एके ठिकाणी थांबतात. आत ऑफिस मध्ये जाऊन बसतात. अंजलीचा मिसकॉल बघून तो तिला कॉल लावतो.

अंजली : हेल्लो , अरे कुठ आहेस ? काय काम होत का ?

अजिंक्य : हो मला का सांगितल नाहीस ? अमित गेल्याच ?

अंजली : अरे हो हो , ओरडतोस काय ? ऐकून तर घे.

अजिंक्य : काय ऐकून घे.

अंजली : मला तुला त्रास द्यायचा नव्हता. आणि मला नसत बघवल तुला त्रास झालेला. म्हणून मी लपवून ठेवल आणि निघून गेले. तुझ तुला कळल्यावर तू सावरल असत स्वतःला म्हणून मी गेले. निघून. तुला कुणी सांगितल अमित गेल्याच.

अजिंक्य : प्रतीक्षा आलीय आज. इतक्या दिवसांनी.

अंजली : हो....का ? काय म्हणतीय.

अजिंक्य : काही नाही सावरल आहे तिन स्वतःला. वाटल नव्हत इतक सावरेल पण शहाणी आहे. खूप स्ट्रॉग झालीय.

अंजली : कुठ आहेस कसला आवाज येतोय माग ?

अजिंक्य : वकिलाकडे आलोय.

अंजली : का ?

अजिंक्य : आम्ही लग्न करतोय.

अंजली : इतक्यात ? अजून नवरा जाऊन महिनापन नाही झाला.

अजिंक्य : हो उगीच आत्ता थांबून महिना सहा महिने वर्ष झाल्यावर केल तर समाज तिला नाव ठेवेल. म्हणून मी आताच तिला स्वीकारतोय आणि तिला घेऊन लांब जातो. मुंबईला कायमचा.

अंजली : छान. मिळाल का तेव्हाच उत्तर तुला ?

अजिंक्य : कसल ?

अंजली : तेच कि मी अशी तडका फडकी घरी का जाते म्हणाले ते ?

अजिंक्य : कळाल. आम्ही एकत्र येणार तुला माहित होत म्हणूनच ना.

अंजली : हो. छान जगा.

अजिंक्य : हो. तू तुझ लग्न मला सोडून केलस मी नाही तस करणार.

अजिंक्य तिच्याशी बोलत बोलत सही करतो आणि प्रतीक्षा हि करते. आणि सारा प्रतीक्षा अजिंक्य बाहेर येऊन गाडीवर बसतात. आणि अजिंक्य गाडी घराकडे नेतो. रस्त्यात प्रतीक्षा हातातल सर्टीफिकेट बघते. आणि तिच्या डोळ्यात पाणी जमा होत. त्यावर नाव असत. मिसेस प्रतीक्षा अजिंक्य भोसले.

24

श्राद्ध !

अजिंक्य : आता काय आणायचं राहीलय ?

प्रतीक्षा : झालंय सगळंच फक्त अळूची वडी बनवायची राहिलीय.

अजिंक्य : चालेल मग मी आलोच जरा बाहेरून.

प्रतीक्षा : आता कुठे बाहेर चाललास ? थांब ना ते नैवेद्य दाखव आणि वर घास पण ठेवायचाय.

अजिंक्य : हो. कॅडबरी आणायला जातोय.

सारा तिकडून कॅडबरी इतकाच शब्द ऐकून पटकन अजिंक्यच्या मांड्याना कवटाळून वर बघते.

सारा : मला पण पाहिजे.

अजिंक्य : तो बाप्पाचा नैवैद्य आहे. मी तुला नंतर आणतो हा संध्याकाळी.

सारा : आ..... मला पण पाहिजे.

अजिंक्य : बर चल आईला काम करू दे आपण पटकन कॅडबरी घेऊन येऊ. एक तुला आणि एक.... चला बब्बू.

अजिंक्य प्रतीक्षाकडे बघतो. ती नजर चुकवते आणि किचनमध्ये जाते. अजिंक्य साराला कडेवर घेतो आणि दाराला बाहेरून कडी लावून मेडिकलमध्ये जाऊन पर्कच्या दोन कॅडबरी घेतो आणि साराला देतो. एक डेरीमिल्क सिल्क मोठी कॅडबरी घेऊन ती शर्टच्या वरच्या खिशात ठेवतो. मग साराचा हात धरून चालायला लागतो. तिला कॅडबरी खायची असते.

मग तो तिला उजव्या बाजूला कडेवर उचलून घेतो. कारण डावीकडच्या खिशात कॅडबरी असते. इतका वेळ घरातच असल्यामुळे त्याला काही वाटत नव्हत. पण आता बाहेरून अचानक घरात आल्यावर अनोळखी घरात आल्यासारखं वाटल अजिंक्यला. वेगवेगळ्या पदार्थांचा वास घरभर पसरलेला. आणि त्या वासात धुपाचा वास पण येत होता. आतल्या पदार्थांचा वास बाहेर धुपाचा, फुलांचा वास आणि त्यात भर पडली अळूच्या वडीची. अजिंक्य साराला कडेवरून खाली सोडतो आणि आतून दार लावून घेतो. सारा सोफ्यावर बसून कॅडबरी खात बसते. अजिंक्य आत किचनमध्ये जातो. बेसिनपाशी जाऊन हात धुतो. मग एक मोठी थाळी घेतो. त्याला पुसतो.

प्रतीक्षा एकेक नाव घेते तस अजिंक्य त्या थाळीत तो पदार्थ ठेवत राहतो. मिश्रभाज्या, काकडीची थंड कोशिंबीर, गाजराची चटणी, भेंडीची भाजी, बटाट्याची भाजी, अळूची वडी, ढेसे, चपाती, मीठ, लिंबू, बासुंदी, श्रीखंड हे सगळ भरून झाल. मग बाजूला कुरडई आणि जरा तळलेले पापड सोबत कांदा भजी ठेवल्या. मग एका वाटीत आमटी ठेवली. एक मोकळी वाटी प्रतीक्षाने अजिंक्यच्या हातात दिली.

अजिंक्याने त्यात जरास पाणी भरल आणि ओतून दिल. वाटी आतून ओली झाली. मग त्यात भातवाडीने भात काठोकाठ भरला. आणि वाटी थाळीत पलटी केली. बरोबर गोल भाताची मुद झाली. प्रतीक्षा लागलीच गरम-गरम वरण जरास पळीतून घेऊन आली आणि तिने त्या भाताच्या मुदेवर वरण ओतल. मग अजिंक्यने कट्ट्यावरचा तुपाचा डबा उघडून बघतील तूप जरा घट्ट होत. मग तेलाची कढई चालू होती. कढई शेजारी डबा ठेवला. दोनच मिनिटात तूप आळल. पातळ झाल. मग चमचा त्यात बुडवून एक चमचा तूप त्या वरण-भाताच्या मुदेवर सोडल. मग प्रतीक्षाने अळूच्या वड्या तळायच्या थांबवल्या. ती हात धुवून तांब्या भांड भरून घेऊन बाहेर आली. अजिंक्य थाळी घेऊन बाहेर बसलेलाला. एका टेबलावर थाळी ठेवली. प्रतीक्षाने शेजारी तांब्या भांड ठेवल.

अजिंक्य : सारा जा आतून वाटीत थोडस पाणी आण. पिंपातल.

साराची कॅडबरी एव्हाना खाऊन झालेली. तिने कागद तसाच तिथे सोफ्यावर ठेवला. आणि आत गेली. प्रतीक्षा तो पर्यंत दिव्याची वात जरा

पुढे ओढून विजलेला दिवा पेटवते. आणि वरून थोड तेल दिव्यात घालते. सारा अजिंक्यला वाटी देते. अजिंक्य त्यात उजव्या हाताच दुसर आणि तिसर वाटीतल्या पाण्यात बोट बुडवून थाळी भोवती तीन वेळा हात फिरवतो. आणि पुढे ठेवलेल्या दोन फोटोंना नमस्कार करतो. सारापण लगेच अजिंक्य जवळ बसून नमस्कार करते. अजिंक्य उठतो. प्रतीक्षा खाली गुढग्यावर बसून फोटोंना नमस्कार करते. अजिंक्यच्या लक्षात येत. थाळी शेजारी उजवीकडे पाण्याची वाटी असते आणि डावीकडे भरलेल तांब्या भांड. अजिंक्य लगेच ती वाटी उचलून साराला देतो आत ठेवायला. सारा वाटी घेऊन जाते. आणि अजिंक्य खिशातून कॅडबरी काढून दुसऱ्या नंबरच्या फोटो पुढे ठेवतो. अजिंक्यच्या डोळ्यात पाणी येत. प्रतीक्षाची हि तीच स्थिती होती.

प्रतीक्षा : घास वर ठेवून ये. मी बनवते. आत.

अजिंक्य : हा झाल कि हाक मार. मी जरा इथल आवरून घेतो. मग जेवू सावकाश. साराला दे आत्ता खायला.

प्रतीक्षा : हा तिला भरव तु. मी तोवर घास बनवते.

प्रतीक्षा आत गेली. अजिंक्य त्या दोन फोटोकडे पाहतो. अजिंक्य सजीव असून निराश उदास दिसत असतो आणि फोटोमधले शिवानी आणि अभिजित स्मितहास्य करत असतात. 'किती हा (आ)भास आहे माणसाचा. जिवंतपणी जो तो अगदी प्रत्येक माणूस दुखःत असतो. निराश, उदास चेहरा करून वावरत असतो. खर तर हसायची रडायची, स्वतःच्या मर्जीने मुभा असते पण जो तो रडण्यात आणि उदास होण्यातच आयुष्य घालवतो. मग अशात आजूबाजूला हसणारे चेहरेच खरे फसवे वाटतात. आणि इथून निघून गेल्यावर कशाची मुभा नाही. माग उरलेल्यांनी फक्त रडायचं. आणि निघून जाणारा निष्ठुरासारखा फोटोतून हासत राहतो. काय अर्थ आहे का त्याला.'

प्रतीक्षाचा आतून आवाज आला, "साराला घेऊन जा रे अजिंक्य... बघ काय काय हवय तिला".

अजिंक्यची विचारांची तंद्री तुटली. तो फोटोकडे बघून हळू आवाजात बोलला "खूप लवकर गेलात, पण काळजी घ्या. घाईत जाताना खूप काही माग राहिलंय तुमच, पण माघारी पण येता येणार नाहीये तुम्हाला.

आत्ता नाही तर पुढल्या जन्मी एकत्र भेटू, काळजी घे शिना. डेरीमिल्कची जाहिरात बघितली तरी तुझी आठवण येते. काळजी घे.अभिजित तू सुद्धा"

डोळ्यातून एक थेंब टपकला. अजिंक्य अंगठ्याने ते पाणी पुसून आत निघून गेला.

25

पैसा महत्वाचा आहे !

साराला भरवून झाल. आता अजिंक्यने तिला टीव्ही लाऊन दिला. मग प्रतीक्षा आणि अजिंक्य आत जेवायला बसले. दोघांच शांत जेवण सुरु होत.

प्रतीक्षा : झालंय का रे चांगल जेवण ?

अजिंक्य : विषयच नाही. तुझ्या हातची चव कुणाला नाही. तुझ्या हातची चव, तुझे हात आणि.. अंमम... तू स्वतः. तुझ्यासारखी जगात कोण नाही प्रतीक्षा.

प्रतीक्षा : गप. काहीही काय. मी विचारलं काय तू सांगतो काय ? आणि लग्न झाल कि आपल आता कसल प्रेम करतोस ?

अजिंक्य : आता हा नियम कुणी काढला कि लग्न झाल कि प्रेम करायचं नसत.

प्रतीक्षा : नियम काढला कुणीच नाही पण लग्न झाल्यावर प्रेम करायचं नसत निभवायचं असत.

अजिंक्य : ते तर सुरु आहेच. पण कस आहे प्रेम करून ते निभावून नेण मान्य आहे पण ते टिकवून ठेवायला हव का नको ? त्यासाठी तारीफ़ तर हवीच. बायकोने कधी नवऱ्याची तारीफ केली आणि त्याच नवऱ्याने बायकोची रोज अख्ख्या एक दिवसात तारीफ केली तर प्रेम टिकून राहील अस मला तरी वाटत. म्हणजे बघ हा तू आता.... तुला आपल्यातल प्रेम टिकवायच आहे का नुस्तच निभवायचं आहे ?

प्रतीक्षा : हम. चपाती घे.

अजिंक्य : नको बस झाल.

प्रतीक्षा : नको काय घे एक खा.

अजिंक्य : नको खाल्ल्या असत्या अजून दोन पण माहितीय ना मला हे महाळाच जेवण आवडत नाही.

प्रतीक्षा : अस करू नको. अर्धी तरी खा. हे घे.

ती त्याच्या ताटात तीन चतकोर चपात्या ठेवते. आणि इतक्यात मोबाईलची रिंग वाजते. अजिंक्य कॉल उचलतो.

अजिंक्य : हा बोला ?

अग्रवाल : हा अजिंक्य बोलताय ना ?

अजिंक्य : हा मीच बोलतोय. अजिंक्य.

अग्रवाल : हा ते घराला भाडेकरू आलेल, तर ते समान कधी नेताय ?

अजिंक्य : दोन दिवस देता का ? जरा काम सुरुय माझ. सिरीयलची स्क्रिप्ट सुरुय. परवा आलो मुंबईहून कि नेतो. थोडच राहिलंय समान.

अग्रवाल : हो पण ते भाडेकरू परवा येणारेत राहायला. पुण्यातून इकड सेटल होणारेत. मग जरा बघा.

अजिंक्य : खरच वेळ नाही मला.

अग्रवाल : चावी पण तुमच्याकडे आहे एक ज्यादाची. आजच न्या जमल तर.

अजिंक्य : एक मिनिट हा.

अजिंक्य प्रतीक्षाकडे बघतो. मोबाईल मांडीवर उपडा ठेवतो. जेणे करून त्या दोघांचा आवाज पलीकडे जाऊ नये.

अजिंक्य : अभिजितच्या रूम मधल सामान न्या म्हणतायत अग्रवाल. ते पण आजच. परवा भाडेकरू येतायत तिथ नवीन. काय करायचं.

प्रतीक्षा : मी करते जस्ट डायलला कॉल आपण बघू सामान नेणाऱ्या एजन्सीला लावू कामाला. आपण कुठ काय नेणार आणि तूच एकटा आहेस. ते दोन कपाट आणि तो बेड. एक सोफा. नाही जमणार आपल्याला. आणि ते कुठ न्यायचंय ?

अजिंक्य : इथ आणायचं आहे. शिनाच्या घरचे येणारेत न्यायला शनिवारी. मग त्याचं त्यांना द्यायचं. फक्त आणून इथ ठेवायचंय.

प्रतीक्षा : मग चालेल. सांग त्यांना नेतो आज म्हणाव तासाभरात बघतो कोण तरी गडी आणि गाडी. आणि मग घेऊन जाऊ.

अजिंक्य : हम.. (कानाला मोबाईल लावून) हा. हेल्लो.

अग्रवाल : हा बोला,

अजिंक्य : मला दोन तास द्या वेळ मी येऊन घेऊन जातो.

अग्रवाल : चालेल. चालेल. चावी आहेच तुमच्याकडे जाताना फक्त चावी देऊन जावा. मिसेसकडे. आणि तेवढ भाड पण द्या तीन महिन्याचं.

अजिंक्य : (प्रतीक्षाकडे बघत) भाड ? कसल भाड ?

अग्रवाल : सामान होत ना अभिजितच. जागा नाही का माझी अडून राहिली. त्यात त्या गाडीमुळे त्याच्या माझी गाडी मला दुसरीकडे लावायला लागली. तुम्ही काय लक्ष दिल नाहीतच परत.

अजिंक्य : पण तो तर गेला ना. म्हणजे भाड द्यायाला ना नाही माझी पण जरा समजून घेतलत तर...

अग्रवाल : मला वेळ नाही जरा कामात आहे. आपण नंतर बोलू यावर सविस्तर. तुम्ही ते सामान घेऊन जा. चावी घरी द्या आणि भाड हि द्या. डीपॉजीट पंधरा कट करून द्या.

अजिंक्य : बर बर. चालेल.

अजिंक्य कॉल कट करून मोबाईल टेबलावर ठेवतो. आणि प्रतीक्षाला सगळ सांगतो.

प्रतीक्षा : कसली माणस आहेत. माणूस गेलाय त्याच काहीच नाही पैसा महत्वाचा आहे.

अजिंक्य : जाऊदे. त्यांना पैसा महत्वाचा आहे आपल्याला आपल्या माणसाच राहिलेलं माग सामान. ती गाडी पण आणायचीय अभिजितची आणि बाकीच पण सामान आहे. पैशाच काही नाही आता तरी. करतो मी काहीतरी. जेव चल मग कामाला लागू.

दोघ पटपट घास खात जेवून घेतात. मग अजिंक्य तिकडे रिक्षाने जातो. सगळ सामान एका ट्रक मधून घेऊन स्वतःच्या घरी उतरवतो.

तीन गडी लावलेले कामाला त्यांना प्रत्येकी दोनशे आणि ट्रकचे चारशे देऊन टाकतो. येताना अभिजितची आणलेली लाल स्विफ्ट अजिंक्य पार्किंग मध्ये लावतो. आणि मग स्वतःची पांढरी बुलेट काढून सरळ अग्रवालच्या घरी जातो. त्यांना तीन महिन्याचं भाड आणि चावी देतो. आणि माघारी येतो. एवढ्यात दोन तास होऊन जातात. संध्याकाळचे सव्वा पाच वाजलेले. सारा झोपून उठलेली प्रतीक्षाशेजारी. अजिंक्य बाहेर सोफ्यावर झोपून टीव्ही बघत बसलेला असतो बारीक आवाज करून. प्रतीक्षा जागी होते आणि मग अजिंक्यला चहा बनवून आणते आणि देते. दोघ चहा पित बसतात.

26

प्लॅन !

आज दिवस कसा गेला कळालाच नाही. काल महाळाच्या कामाने सगळा
दिवस त्यात गेला दोघांचा. त्यात ते सामान आणायचं होत. परत ते निट
व्यवस्थित ठेवायचं होत. सगळा क्षीण भरून काढायचा म्हणून अजिंक्य
प्रतीक्षा दोघ लवकर झोपले आणि उशिरा उठले. त्या नादात तिकड
सिरीयलला पाठवायची स्क्रिप्ट एक दिवस पुढ ढकलली गेली. आता
आज काहीही करून लिहाव लागणार होत अजिंक्यला. उद्या सकाळी
त्या भागाच शुटींग होत. त्याचे खांदे, हात कामातून गेलेले. तरीपण
दुपारपासून त्याच लिखाण सुरु होत. रात्री जेवून पण परत सुरूच होत
लिखाण. सारा आणि प्रतीक्षा झोपलेले. बाजूला टेबलावर अजिंक्य टाईप
करत बसलेला.

बाहेर रस्त्यावर बोलण सुरु असत.

समीर : हे बघ आता दोनच पर्याय आहेत. एकतर माझ्यासोबत
आता चल सगळ्यांना सोडून नाहीतर मला विसर. पण ऐक काही होत
नाही. आपल बाळ झाल ना बघ तू तुझे बाबा नक्की आपल्याला घरी
बोलवतील. पण आता त्यांचा विचार केला तर ते तुला माझ्या घरी काय
माझ्या जवळ पण येऊन देणार नाहीत. चालणारे का तुला ?

फिझा : नाही. मी नाही राहू शकत तुझ्याशिवाय. पण कस काय करू
समजतच नाहीये.

समीर : विचार काय करायचा आहे ? तुला मी हवाय ना ? माझ्यावर प्रेम असेल तुझ तर तू येशील सोबत माझ्या.

फिझा : हो पण.

समीर : बर चल अरमान येतोय मी निघतो. उगीच काय तरी बोलेल. ऐक रात्री एकला पक्की ये बिस्मिल्ला दर्ग्यापाशी. पुढून नको मागून ये. मी एक्टीव्हा आणतो. गुपचूप जाऊ. काय काय लागणारे आण तुझ-तुझ सामान. आपण जाऊ सांगलीला. कारण आधी मधी थांबता येणार नाही आपल्याला.

फिझा : बर पण काय होणार नाही ना ?

समीर : मी आहे न ? काय होत नाही बघ. अल्लाह ताला आहे सोबत. आपल प्रेम पाक आहे. मग कशाला तो काय करेल.

फिझा : बर येते मी.

दोघ दोन्ही दिशेला जातात. रात्रीची शांतात. काळोख आणि त्यात त्या दर्ग्याच्या मागे फिझा येऊन थांबली सगळ सामान सोबत घेऊन. इतक्यात लाईट दिसली. नक्कीच समीर असणार म्हणून तिने चेहऱ्यावरची ओढणी काढली. तिच्या चेहऱ्यावर प्रकाश पडला. गाडी जवळ आली. फिझा गालात हसत होती. गाडी चालवणारा तिला गाडीवर बस म्हणाला. गाडी सांगितली एक आणली एक. तरी दोघ गप्पच होते. एके ठिकाणी गाडी थांबली. ती उतरली. तो गाडी लाऊन उतरला. आणि एका बाजूला बाथरूमसाठी गेला इतक्यात अरमान आला मग त्याने तिच्या चेहऱ्याला आपल्या जाड दोन्ही हातांनी दाबल आणि तिला जबरदस्ती एका गाडीत बसवलं. तिचा आवाज काहीच झाला नाही. गाडीचा फक्त आवाज झाला. त्या आवाजाने समीर बाहेर आला झाडीतून. फिझा नव्हती. तो गाडी घेऊन पाठलाग करत गेला. आणि फिझाला घरात आणून सोडल अरमानने.

समीरला मोहल्ल्यातल्या दबा धरून बसलेल्या मुलांनी खूप मारल. अर्धमेलं करून त्याला त्याच्या घरी एकाने सोडल. घरी म्हणजे त्याच्या दारात झोपवल. रक्ताने माखलेला तो तिथच पडून होता रात्रभर. रक्त तर रात्रभर गेल वाहून त्यातच तो मेला. आणि इकडे फिझाला खोलीत बंद केलेलं. ते हि मोकळ्या खोलीत जिथ साधा कागदाचा कपटा हि

नव्हता. तिने रडून रडून अगदी सगळ आतलं पाणी आटवल होत. मग तिला काचेची खिडकी दिसली. हाताने बुक्क्या मारून चार पाच बुक्क्या नंतर ती खिडकी फुटली. आणि नेमक्या सगळ्या काचा बाहेर पडल्या. एक टोक फक्त खिडकीला चिटकून होत. तिने त्याच टोकावर जोरात हात दाबून धरला. आणि दुसऱ्या हातने त्यावर बुक्क्या मारून ते काचेच टोक हाताच्या आरपार काढल.

सकाळपर्यंत हि बेशुद्ध होती. सकाळी तिच्या वडिलांना कळाल त्यांनी तिला दवाखान्यात नेल. ती वाचली. दोन दिवस शुद्धीत आलीच नव्हती पण नंतर आली. तिने समीरला बघायची इच्छा सांगितली. पण समीर तर गेलेला. अरमानने तिला हे सांगितलं. अरमान समीरचा मित्र होता आणि त्याच फिझावर प्रेम होत. त्याला आपल्या वाटेतून समीरला बाजूला काढायचं होत म्हणून त्याने हे सगळ घडवून आणल होत. आणि हे पळून जायची वैगरे कल्पना अरमानचीच होती. आता फिझाला काय कराव सुचत नव्हत. त्या धक्क्यानेच तिचे श्वास बंद झाले. आणि अरमान तिच्या आठवणीत आज पण फिरत असतो कुठपण वेड्यासारखा.

मागून प्रतीक्षा आली. सव्वा दोन झालेले. अजिंक्यच्या मागून तिने खांद्यावरून छातीपाशी हात सोडून त्याच्या मानेला कीस केल.

प्रतीक्षा : चल कि. बस झाल.

अजिंक्य : झाल झाल. सेव्ह करतो.

प्रतीक्षा : हम. झाल का ?

अजिंक्य : सेव्ह टू डेस्कटोप. ओके. झाल.

प्रतीक्षा : मला थंडी वाजतीय.

अजिंक्य : मग ?

प्रतीक्षा : तुझ्या मिठीत झोपायचय.

अजिंक्य : आलोच बंद करून सगळ.

प्रतीक्षा : चल. मग कर बंद.

तो तसच सगळ सुरु ठेवून गेला. त्या अंधारात कॉम्प्युटरच्या स्क्रीनचा प्रकाश पडत होता. सारा गाढ झोपलेली आणि अजिंक्य प्रतीक्षाला मिठीत घेतो. तिच्या केसांची क्लिप काढतो. तिचे मोकळे

केस. उफ्फ...! त्याला खूप आवडतात ते. त्या केसांचा तो वास. खूप मस्त. तो त्या केसात हात फिरवतो. प्रतीक्षा आपल अंधारात पण लाजून डोळे मिटून घेते. तो तिच्या केसात हात घालून हळू हळू बोट फिरवत कसकन केस ओढतो ती आह..ह ओरडते आणि तो त्याच क्षणाला तिच्या उघड्या ओठांना आपल्या ओठात पकडतो.

27

स्क्रिप्ट !

तसाच तिला जवळ मिठीत घेऊन तो बेडवर झोपला. प्रेमाच्या नादात अजिंक्यचा कोपरा साराला लागला. तिने झोपेतच कूस पलटली. तसा अजिंक्य बाजूला झाला. प्रतीक्षा त्याला जवळ ओढते आणि अजिंक्य जवळ जातो तिच्या. एवढा वेळ सुरु असलेली कॉम्प्यूटरची स्क्रीन बंद झाली. आणि आता अंधार झाला. अजिंक्य तिच्या डाव्या खांद्यावरून हात अगदी दाबतच खाली तिच्या हाताच्या पंज्यापर्यंत आणतो. ती तिच्या उजव्या हाताने त्याच्या डाव्या खांद्यावर हाताची नख रोवून असते. काही वेळ गेला. दोघ गाढ झोपले. एकमेकांच्या अंगावर हात टाकून. सकाळी अजिंक्य पहिला उठला. त्याने सगळ आवरल. त्यानंतर चहा बनवायला लागला. त्या चहाच्या वासाने प्रतीक्षा पण जागी झाली. ती उठून बसली. काल अजिंक्यने सोडलेली केसं वर बांधत बसली. तेवढ्यात अजिंक्य दोन कप चहा घेऊन आला. तिला ग्लासभर पाणी दिल. मग तिने जरास पाणी प्यायल. नंतर चहाचा कप हातात घेतला.

खरतर प्रतीक्षाला अस हे काही न आवरता चहा प्यायचं आवडत नव्हत. म्हणजे ती अमित असताना पण त्याला पिऊ द्यायची नाही. पण अजिंक्यशी लग्न झाल्यापासून प्रतीक्षाच्या सवयीच काय ती पण पूर्ण बदलून गेलेली. आणि अजिंक्य ? जसा होता तसाच होता. म्हणूनच तो आणि त्याच प्रेम अगदी तसच आणि तेवढच उरल होत. लोकांच कस आहे प्रेम असत पण वेळेसोबत प्रेम आणि स्वतः माणूसपण बदलून

जातो. आणि त्या बदलाच कारण तो अस सांगतो कि, पुढची व्यक्ती बदलली. पण हे कारण मला तरी बरोबर वाटत नाही. पुढची व्यक्ती खरी असो वा खोटी. ती बदलली म्हणून आपण बदलायचं याला काय अर्थ आहे ? आणि व्यक्तीतला बदल पण ठीक आहे पण प्रेम कस बदलत ? आज एकावर उद्या दुसऱ्यावर. नक्की प्रेम ते असत कि वासना. काही मला समजतच नाही. बर....

अशा जगात पण अजिंक्य प्रेम करत राहिला प्रतीक्षावर. तीच लग्न झाल. तो धक्का सहन केला. एकटेपणा अनुभवला. पण कधी दुसरीचा विचार नाही केला. मग अशात त्याच्यावर प्रेम करणाऱ्या काही मुली त्याच्या आयुष्यात आल्या. अंजली, प्रियांका, उत्कर्षा आणिक दोन तीन. पण त्यांच्या प्रेमाला झुगारून तो मात्र प्रतीक्षाची वाट बघत राहिला. अर्थातच त्याला त्याच प्रेम मिळाल. खर तर खर प्रेम हे कधी मिळत नाही. पण त्याला मिळाल. कस नशीब आहे ना. म्हणजे प्रतिक्षाच अमितशी लग्न होत. सारा होते. मग अजिंक्यशी केलेल्या ब्रेकअप नंतर कुठे भर पावसात अजिंक्यला प्रतीक्षा भेटते. मग दोघांच भेटन पुन्हा सुरु होत. आणि प्रतीक्षाचा नवरा अपघातात मरतो. आणि मग प्रतीक्षा अजिंक्यसोबत रहायचा मोठा निर्णय घेते. समाजाला असल काही मान्य नसत. समाजाला तस बघायला गेल तर काहीच मान्य नसत. अमान्य समाजात प्रेम मान्य कस असू शकेल ? पण तरी हे प्रेम निभावल अजिंक्यने. आणि ते प्रेम स्वीकारून मान्य केल ते प्रतीक्षाने. अशा सगळ्यात अजिंक्य तिला आपला कप देतो. ती एक घोट चहा पिते. आणि स्वतःचा प्यायला लागते. अजिंक्य तिने एक घोट पिलेला उष्टा चहा बाकीचा पिऊन टाकतो. तिचा मोकळा कप घेतो आणि आत जाऊन किचनमध्ये धुवून टाकतो. आणि कपडे बदलतो.

प्रतीक्षा आत येते. आणि बाथरूममध्ये गरम पाणी बादलीत सोडते. तीच लक्ष अजिंक्येकडे जात.

प्रतीक्षा : कुठ चालला आवरून ?

अजिंक्य : मुंबई.

प्रतीक्षा : काय ? मला का सांगितल नाही. मी बनवून दिल असत ना पोहे. का सांगितल नाहीस ?

अजिंक्य : रात्री तेच स्क्रिप्टच काम करत होतो. तुला रात्री सांगणार होतो पण काय झाल माहितीय ना आपल्यात ? त्यात नंतर झोपलो ते राहील सांगायचं.

प्रतीक्षा : थकला का तू ? कालच्यामुळे. सॉरी मला माहित असत तर नसता फोर्स केला.

अजिंक्य : असुदे. अस काही नाही. बस मध्ये काय काम आहे मला ? झोपणार निवांत.

प्रतीक्षा : का बुलेट नाही का नेणार ?

अजिंक्य : नाही चालवणार. म्हणून बसने जातो. शिवशाही आहे. आत्ता अकरा दहाणी. मग जाईन. तिकीट बुक केलय.

प्रतीक्षा : कधी येणार ?

अजिंक्य : उद्या दुपारी.

प्रतीक्षा : काय अरे. चुकल माझच. उपाशी चालालस. मी करू का ? सांग अजून एक तास आहे.

अजिंक्य : होईल ग माझ खाण. तुम्ही खावा. साराला दे काहीतरी बनवून. आणि मी येतो उद्या. कॉल करेन संध्याकाळी. मला नाही जमला तर एक अंदाजे बाराला वैगरे कॉल कर मला. चल मी निघू का ? दार लावून घे आतून आणि आवरत बस मग.

अजिंक्य निघून गेला. प्रतीक्षा दार लावून घेते. अंघोळ करते. इकडे अजिंक्य मुंबईला जातो. दुपारी एकच्या दरम्यान दार वाजत. प्रतीक्षा दार उघडते. तर एक माणूस उभा असतो.

प्रतीक्षा : या कि.

वडील : अजिंक्य इथे राहतो का ?

प्रतीक्षा : हो. अस काय विचारता बाबा. या ना आत.

वडील : हा.

ते बूट काढून आत येतात. आणि सोफ्यावर बसतात. प्रतीक्षा आतून पाणी घेऊन येते.

ते पाणी पितात आणि ग्लास ठेवतात. प्रतीक्षा त्यांच्या समोर बसते.

प्रतीक्षा : अजिंक्य गेला मुंबईला. मला म्हणाला होता तुम्ही येणार आहात आज.

वडील : हा का ? काय सांगतेस मी पण मुंबईत उतरलो. विमानाने आलो हैद्राबादवरून. आणि मुंबईतून इकड आलो. इतक्या दिवसात वेळ मिळाला नाही बघ ते सामान न्यायला.

प्रतीक्षा : हैद्राबादला ?

वडील : अग म्हणजे तिकड तीन महिन्यांसाठी गेलेलो. कामाची ऑर्डर घ्यायला. शिनाच्या नावाने नवीन कपड्याच दुकान काढल मी. मग माल आणाला. आणि काही ऑर्डर पण घेतल्या.

प्रतीक्षा : वाह. फक्त साडीच का कपडे पण आहेत ?

वडील : दोन्ही आहे. येऊन जा कधी मुंबईत आलीस तर.

प्रतीक्षा : हो का ? नक्की. येणार ना. पुणे का सोडल पण तुम्ही ?

वडील : शिवानी नाही अभिजित नाही काय करणार आम्ही. उगीच आठवण येत राहते. मग तिकड आम्ही मुंबईत गेलो.

प्रतीक्षा : अहो पण बाबा मी आहेच ना तुम्हाला मुली सारखी सांगा बर ? तुम्ही काय संबंध ठेवला नाही. मला कॉल केला नाही परत. केला तो सामान आणायचं होत ते सांगायला. बाकी काही बोलनच नाही.

वडील : काय सांगू शिवानीची आई आजारी असते.

प्रतीक्षा : का काय झाल ?

वडील : मुलीच अस बघून तिला इतक टेन्शन आल. डायबेटीस झालाय तिला. त्यात मागच्या महिन्यात तिला काय हाताच्या अंगठ्याला विळी कापली ते जखम झालीय. ती बरी होईना. डॉक्टर बोललेत अजून पंधरा दिवसात नाही भरली जखम तर अंगठा कापावा लागेल. असो. तुझ बोल कस चाललय तुझ ? आणि संसार कसा चाललाय ?

प्रतीक्षा : चालल आहे ठीक. आम्ही येतो आईंना बघायला.

वडील : नक्की या. रहायलाच या. बर वाटेल ग तिला. घर खायला उठत तिला. शिवानी असताना यायची ती आता कोण नाही. बघ.

प्रतीक्षा : हो नक्की येणार.

वडील : बर ट्रक बाहेर आहे. सामान कुठ आहे ? मला निघायचं आहे परत. लगेच.

प्रतीक्षा : जेवून तरी जा.

वडील : नको, तू येणार म्हणतेस न ? तेव्हा बनवून घाल आम्हाला चालेल ?

प्रतीक्षा : हो नक्की.

28

गुड न्यूज !

शिवानीचे वडील, शिवानी-अभिजितच उरलेलं समान आणि स्विफ्ट घेऊन गेले. घर पुन्हा सुन-सुन झाल. प्रतीक्षा दिवसभर कामात व्यस्त झाली. अजिंक्यही शुटींगमध्ये व्यस्त होता. संध्याकाळी प्रतीक्षाची मैत्रीण प्रज्ञा तिचा कॉल आला. दोघींनी भेटायचं ठरवल. मग दोघी लहान मुलांच्या बागेत भेटल्या. प्रज्ञाला एक छोटासा मुलगा होता तीन वर्षाचा. सारा आणि तो मुलगा म्हणजे वरद दोघ खेळत बसले त्या बागेतल्या गवतावर. प्रज्ञा आणि प्रतीक्षा बोलत बसल्या.

प्रज्ञा : काय तू आहेस कुठे ? कॉल नाही काही नाही. आधी तर स्वतःहून आठवण काढायचीस आता काय झाल ? अजिंक्यमधून वेळ नाही वाटत मिळत. काय जादू केलीय नवऱ्याने कळू दे मला पण..

प्रतीक्षा : नाही अग दिवसभर साराच बघायचं. अजिंक्यच काय काम असत ते बघायचं मग घरातल वैगरे बघाव लागत मला.

प्रज्ञा : का अजिंक्य मदत नाही का करत काय ?

प्रतीक्षा : काय करत नाही ? उलट काय करत नाहीत विचार. सगळ करतो. अगदी सकाळी चहा बनवण्यापासून केर-बीर, अगदी भांडी पण घासतो. परवा तर मला ताप आलेला मागच्या आठवड्यात तर त्याने कपडे धुतले वाळत टाकले आणि परत संध्याकाळी आणून घडी घालून कपाटात पण ठेवले.

प्रज्ञा : लकी आहेस ग. माझा ऋषी अजिबात कामाला हात लावत नाही. चहा पाण्यापासून सगळ हातात द्याव लागत त्याला. अजिंक्यसारखा पाहिजे होता मला नवरा अस प्रेम केल असत ना त्याच्यावर बस.

प्रतीक्षा : नको. कशाला माझा अजिंक्य एकटा आहे असा जगात भारी. आणि तो फक्त माझा आहे. त्याला तसच एकट सिंगल पीस राहू दे माझ्याजवळ.

प्रज्ञा : पण खरच तू खूप लकी आहेस. म्हणजे अमित गेल्यावर त्याने तुला स्वीकारलं मुळात साराला त्याने स्वीकारलं खूप मोठी गोष्ट आहे ती.

प्रतीक्षा : हो. खूप प्रेम करतो तो माझ्यावर. माझच चुकल मी त्याच्यावर कॉलेजमध्ये चिडले. तेव्हा त्याच प्रेम समजून घेतल असत तर इतक सगळ फेस करायला लागल नसत मला. किती मानसिक आघात झालेत माझ्यावर. आता हि अशी आहे ते फक्त अजिंक्यमूळे. त्याने इतक सावरलय ना मला. खरच त्याच्या जागी कोण दुसर असत ना तर बायकोचा संबंध बेडवर फक्त अशा मेंटेलीटीने वागला असता. पण अजिंक्यने बेडवर सोडून सगळीकडे मला जबरदस्ती करून मला नव्याने जगायला शिकवलं. सगळ्यातून बाहेर पडायला भाग पाडल.

प्रज्ञा : मग गुड न्यूज कधी देतीयस ?

प्रतीक्षा : कसली ? सगळ तर गुड गुड चाललंय.

प्रज्ञा : अग ती वाली गुड न्यूज.

प्रतीक्षा : नाही ग. एकावरच थांबायचं माझ ठरलेलं आणि अजिंक्यला पण त्याच नकोय कोण. मला बोलतो मला तू आणि सारा बास झालात. तुम्ही दोघी माझ प्रेम आहात आणि मी दोघींना समान माझ प्रेम देऊ शकतो त्यात आता तिसरा कोणी नको. मग नाही आम्ही विचार केला आणि करत पण नाही.

प्रज्ञा : ओह.. अस आहे का. मग फिजिकली तरी एकत्र आलायत का ?

प्रतीक्षा : खर सांगू ?

प्रज्ञा : हो सांग कि.

प्रतीक्षा : नाही.

प्रज्ञा : काय ? खर सांगतीस कि काय ?

प्रतीक्षा : हो. वर वर झालंय आमच्यात पण फिजिकली नाही. इव्हन लग्न झाल तरी त्याने मला फोर्स केला नाही. मला म्हणतो तो कायम, मी प्रेम तुझ्यावर केल तुझ्या शरीरावर नाही. आणि त्याने कॉलेजला असताना माझ्यासाठी देवीचे उपवास धरलेत. नऊ-नऊ दिवस. काय सांगू तुला.

प्रज्ञा : बापरे..... काय सांगतीस. पण उपवासाचा आणि त्याचा काय संबंध.

प्रतीक्षा : मला म्हणाला होता एकदा अजिंक्य कि, त्याने देवीला नवस बोलला होता कि , प्रतीक्षाशी माझ लग्न झाल तर मी तिला कधी हात पण लावणार नाही त्या गोष्टी साठी फक्त मला प्रतीक्षाचा सहवास मिळू दे.

प्रज्ञा : झाल की मग हे तर खर. देव पावला. पण त्याच इतक प्रेम आहे तुझ्यावर तर.

प्रतीक्षा : तर काय ?

प्रज्ञा : तुला नाही का वाटत साराला एखादा भाऊ असावा छोटासा. शेवटी ते मुल पण अजिंक्यचच असेल ना. ठीके साराला तो मुलीसारख मानतो. पण शेवटी त्याच्या प्रेमाची निशाणी तुझ्याकडे नको का ? म्हणजे त्याने इतक प्रेम करून उपयोग काय मग त्याचा ?

प्रतीक्षा : हो. बरोबर बोलतेस. पण अजिंक्यला नाही पटणार.

प्रज्ञा : विचारायचं एकदा. वेळ बघ जरा कधी निवांत असला कि तो.

प्रतीक्षा : आणि ?

प्रज्ञा : आणि नाही म्हणाला तर मुलगी आहेस ना तू ? मुलं मेणबत्ती असतात आणि मुली काडेपेटी. जरास पेटवल कि झाल मुल पाघळलीच समजायचं.

प्रतीक्षा : पण मग सारावरच त्याच पुढ प्रेम कमी झाल तर. शेवटी हे बघ त्याला पुढे विचार येईलच ना कि सारा अमितची आहे. त्यात तो आता जिवंत नाही. मग त्याच्या मुलाच म्हणजे मुलगा असेल मुलगी असेल माहित नाही पण काय त्याचे विचार बदलले तर ? मला नको तसा

तो. मला आत्ताचा आहे तोच हवाय कायम अजिंक्य.

प्रज्ञा : नाही ग. हे बघ हि गोष्ट मला तुला सांगावी लागतीय म्हणजे विचार कर हे विचार तुम्हाला यायला हवे होते. पण मला सांगाव लागतय. आता काय बोलू.

प्रतीक्षा : मी बोलून बघते अजिंक्यशी.

प्रज्ञा : बघ आणि मला सांग काय म्हणतो ते.

प्रतीक्षा : चालेल.

प्रज्ञा : पाणीपुरी खायची का ?

प्रतीक्षा : हो चल.

दोघी उठून सारा आणि वरदला सोबत घेतात आणि बागेच्या बाहेर जातात आणि पाणीपुरी खाऊ लागतात.

29

एक चान्स !

अजिंक्यचा मोबाईल वाजतो. त्याच लक्षच नव्हत शुटींगच्या नादात कि पावणे एक वाजला आहे ते. त्याने मोबाईल खिशातून काढला. त्यावर नाव बघितल कॉल रिसीव्ह करून त्याने कानाला मोबाईल लावला.

अजिंक्य : झोपली नाहीस ?

प्रतीक्षा : कॉल कर म्हणाला होतास ना. तू केला नाहीस. मी वाट बघून केला मग आता.

अजिंक्य : हा अग शुटींग सुरु झाल उशिरा. त्यात स्क्रिप्टमध्ये प्रोड्युसरने चुका काढल्या. म्हणजे जरा सीन चेंज करायचे होते. मग ते केले आणि अजून एक स्क्रिप्ट लिहून दिली.

प्रतीक्षा : मग येणार कधी इकड ?

अजिंक्य : का ग काय झाल ? परवा येईन बहुतेक.

प्रतीक्षा : करमत नाहीये मला. आणि तू तिकड आहेस तर. ये ना लवकर.

अजिंक्य : मज्जा केली ग. येणारे उद्या. एक दीड पर्यंत दुपारी.

प्रतीक्षा : हा मी वाट बघतीय लक्षात ठेव. लवकर ये...

अजिंक्य : हो बर बाळ काय करतय माझ ?

प्रतीक्षा : बाळ झोपलंय.

अजिंक्य : ओह आणि माझ मोठ बाळ काय करतय ?

प्रतीक्षा : आठवण काढून बसलय रुसून.

अजिंक्य : कुणाची ?

प्रतीक्षा : आहे त्या मोठ्या बाळाच अजून एक बाळ.

अजिंक्य : अरेरे. मग आता ?

प्रतीक्षा : आता काही नाही. हे मोठ बाळ रडणार आहे.

अजिंक्य : का मी आहे ना सोबत अस नाही रडायच. बर मग काय केल आज ?

प्रतीक्षा : काही नाही सकाळी तू गेल्यावर सगळ आवरल. दळण केल. मग जेवण बनवल. साराला भरवल. मग जरा आवराव म्हंटल तो पर्यंत शिवानीचे बाबा आले.

अजिंक्य : नेल का सामान त्यांनी सगळ ?

प्रतीक्षा : हो.

अजिंक्य : आणि स्विफ्ट ?

प्रतीक्षा : हो.

अजिंक्य : बर. मग ते कसे आलेले इकड ?

प्रतीक्षा : अरे त्यांनी कपड्याच दुकान सुरु केलय नवीन मुंबईला. मग त्याच सामान आणायला ते गेलेले बाहेर. तिकडून विमानाने मुंबईत आले. आणि मुंबईतून बसने साताऱ्याला. जाताना गेले स्विफ्ट मधून आणि ट्रक आणलेला सामान न्यायला.

अजिंक्य : चला म्हणजे त्याचं त्यांना सामान मिळाल. आता काय टेन्शन नाही.

प्रतीक्षा : हा मग मी जेवले. ते गेल्यावर. मग प्रज्ञाचा कॉल आलेला. भेटले तिला बागेत. गप्पा मारल्या आणि मग आले घरी. मग निवांतच होते.

अजिंक्य : हा आजची रात्र काढ उद्या आहेच मग जवळ तुझ्या. तू नाही घेतल तरी येणार जवळ. आत्ता झोप.

प्रतीक्षा : तू कधी झोपणार ?

अजिंक्य : झाल एका तासात होईल शुटींग मग झोपेन.

प्रतीक्षा : हा. काळजी घे. अन झोपून जा. जेवलास का तू ?

अजिंक्य : हो.

प्रतीक्षा : प्रज्ञाचा मुलगा खूप छान आहे अरे. साराशी खेळत होता. सारा पण खूप खुश होती.

अजिंक्य : वाह. तिला म्हणाव येत जा घेऊन त्याला अधूनमधून. नाव काय मुलाच ?

प्रतीक्षा: वरद.

अजिंक्य : चांगल आहे.

प्रतीक्षा : सारा रमली त्याच्यासोबत. नंतर घरी पण येत नव्हती. प्रज्ञाला मी बोलावल घरी पण अशी किती वेळा येणार ना ती.

अजिंक्य : म्हणजे ?

प्रतीक्षा : आपल्या साराला तिचा भाऊ असेल तर कस घरातल्या घरात होऊन जाईल ठीक. कुणाला कुठ बोलवायचं टेन्शन नाही.

अजिंक्य : आपल ठरलंय माहितीय ना.

प्रतीक्षा : हो पण हा विचार करायला काय हरकत आहे ?

अजिंक्य : नको. एक आहे ती खूप आहे. लोकांना मुली होत नाही. मला आहे तर कशाला मुलगा बिलगा पाहिजे. पोर नालायक असतात. मुलीला कस प्रेम असत आईबाबा बद्दल. पोर काय अशीच असतात. नकोच. ते.

प्रतीक्षा : माझी इच्छा असेल तर ?

अजिंक्य : नको ना प्लीज.

प्रतीक्षा : प्लीज... ना...

अजिंक्य : प्रज्ञाने डोक्यात घातल ना तुझ्या ?

प्रतीक्षा : नाहीरे.

अजिंक्य : मग इतके दिवस काय डोक्यात नव्हत तुझ्या आज कस आल ?

प्रतीक्षा : असच आल.... सांग ना ?

अजिंक्य : उद्या बोलू मी आलो कि.

प्रतीक्षा : नक्की ना ?

अजिंक्य : हो.

प्रतीक्षा : बर मी झोपते तू कर काम.

अजिंक्य : हो. बाय. लव्ह यु.

प्रतीक्षा : मिस यु. बाय.

अजिंक्य : लव्ह यु कुठ गेल ?

प्रतीक्षा : तुझ असेल लव्ह माझ्यावर तर मला नकार देणार नाहीस.

अजिंक्य : काय अग तू.

प्रतीक्षा : हो असच आहे. बाय.

अजिंक्य : बर बाळासाठी काय आणू उद्या ?

प्रतीक्षा : काही नको. झोपते मी.

तिने कॉल कट केला. अजिंक्यने परत कॉल लावला पण मोबाईल बंद होता. प्रतीक्षा मोबाईल स्वीच ऑफ करून झोपली सारा जवळ. अजिंक्यच शुटींग झाल तो बेडवर झोपला. आता त्याला झोप आलीच होती. कधी हि त्याचे डोळे मिटणार होते. तितक्यात त्याला मेसेज आला. त्याने मोबाईल बघितला. त्यावर मेसेज नाही दिसला पण मेसेज पाठवणाऱ्याच नाव दिसल. आणि अजिंक्य पटकन बेडवर उठून बसला.

ते नाव होत "अंजली"...

30

प्रॉब्लेम !

पुन्हा मोबाईल वाजला. अजिंक्य मेसेज फक्त वाचत राहिला.

जागा आहेस का ? असशील तर रिप्लाय दे. खूप महत्वाच बोलायचं आहे.

काय असेल हीच काम ते पण इतक्या रात्री ? अजिंक्यला काहीच समजत नव्हत. पण रिप्लाय दिल्याशिवाय आणि तिचा मेसेज आल्याशिवाय काहीच समजणार नव्हत. अजिंक्यने तिला मेसेज केला आणि दोघांच बोलन सुरु झाल. ते अस,

अजिंक्य : काय झाल ?

अंजली : कुठ आहेस ?

अजिंक्य : आहे मुंबईत.

अंजली : पुण्यात येणारेस का ?

अजिंक्य : नाही इतक्यात तरी. इकड काम सुरु आहे. काम काय आहे बोल तरी जमल तर करेन ना.

अंजली : काम अस नाहीये. पण मी प्रॉब्लेममध्ये आहे एका.

अजिंक्य : का काय झाल ?

अंजली : प्रतीक्षा आहे का सोबत ?

अजिंक्य : नाही ग ती सातार्‍याला आहे.

अंजली : कॉल करू का ?

अजिंक्य : आता ?

अंजली : हो ?

अजिंक्य : थांब लावतो मी.

अजिंक्य तिला कॉल लावतो. अजिंक्यच्या हेल्लोला पुढून काही प्रतिक्रिया येत नाही. मग काही वेळात हुंदक्यांचा आवाज येतो.

अजिंक्य : काय झाल ? रडतीयस का तू अंजली ?

अंजली : हो. मला खूप त्रास होतोय अजिंक्य.

अजिंक्य : कसला ते तरी सांग म्हणजे मला तरी समजेल.

अंजली : तुला बाळ झाल ?

अजिंक्य : नाही. का ग ?

अंजली : झाल नाही म्हणजे ?

अजिंक्य : आम्ही चान्सच घेतला नाही. तुला सांगितल होत ना मी साराला सांभाळणार आहे. मला माझ बाळ नकोय.

अंजली : अजिंक्य, तुला तुझ नाही पण प्रतीक्षाची तरी मुलगी आहे. इतकी क्युट.

अजिंक्य : हो ती तर आहेच. पण तुला काय झाल रडायला ? सांग कि.

अंजली : आम्ही चान्स घेतला होता. म्हणजे मी आणि नवऱ्याने.

अजिंक्य : हा मग ? मुलगी झाली का मुलगा ?

अंजली : नाहीरे. (पुन्हा रडायला लागली).

अजिंक्य : अग सांगितल नाहीस तर मला कस कळेल ? अंजू. एक तर इतक्या दिवसांनी कॉल करतीयस. तुझा अतापता नाही मला. आणि आता बोलतीयस ते पण अस कोड्यात आणि रडून कस समजेल बर मला मग ? सांग ना काय झाल आणि रडू नकोस तुला माहितीय ना मला मुलींनी रडलेल आवडत नाही.

अंजली : लग्नानंतर आम्ही पाच वेळा चान्स घेतला पण फेल गेला अजिंक्य.

अजिंक्य : म्हणजे समजल नाही काय मला.

अंजली : आम्हाला पण काही समजल नाही. सासूला वाटल माझ्यात प्रॉब्लेम आहे. म्हणून सतत खूप मला बोलायच्या. मग आम्ही टेस्ट केल्या. पण तो डॉक्टर पण नालायक फक्त पैसे घेतले आणि नीट काही बघितलच नाही आणि आम्हाला नीट सांगितल पण नाही. चान्स घ्या

बोलला आम्ही त्यावर तीन वेळा चान्स घेतला. पण काय झाल नाही म्हणून परत त्याला दाखवल तर म्हणाला पोटाच्या पिशवीची कुवत नाहीये बाळाला सांभाळायची. तरी चान्स घ्या करू आपण काय तरी. तेव्हा पण पैसे खाल्ले त्याने.

अजिंक्य : मग काय केल ?

अंजली : मग ह्यांच्या ओळखीचा एक माणूस आहे त्यांना पण होत नव्हत मुल आठ वर्ष. मग त्यांना कुणीतरी एका महाराजांचं नाव सांगितल. नाशिकचे ते बाबा होते. आम्ही मग गेलो तिकड.

अजिंक्य : अग असल काही नसत ग फेक असतात ते बाबा-बिबा.

अंजली : हो कळत होत आम्हाला पण काय करणार मन जायला भाग पाडत होत. आम्ही मग एक दिवस सुट्टी काढून दोघ गेलो. तिथ खूप गर्दी होती. मग त्यांनी एक नारळ काहीतरी मंत्रून जाळला. मग एक वस्तू देवाजवळ ठेवायला दिली. आणि सांगितल कुणीतरी ह्यांच्या घरातल्या व्यक्तीने करणी केली म्हणून बाळ होत नाहीये.

अजिंक्य : हाहा. हे काय आता मधीच ?

अंजली : आम्ही चान्स घेतला त्यांच्या सांगण्यावरून. पण तो पण प्रयोग फेल गेला.

मग आम्ही पेपरमध्ये बघून पुण्यातल्याच एका टेस्टट्यूबच्या हॉस्पिटलमध्ये चेकअप केल.

अजिंक्य : मग तिथ काय झाल का नाही ?

अंजली : तिथ समजल माझ्यात नाही ह्यांच्यात प्रॉब्लेम आहे.

अजिंक्य : मग आता ? त्यांच्यावर काय ट्रीटमेंट सुरुय का ?

अंजली : होती. पण सासूच्या त्या रोज रोजच्या कालव्याने, त्यांनी दारू सुरु केली. आणि आहे नाही तेवढी स्वतःची वाट लावून घेतली. त्या गोळ्या त्यांच्यावर काम करायच्या बंद झाल्या. मग मी पुण्यातच जॉब करायला लागले. आम्ही भाड्याने दोन बी.एच.के. घर घेतल. आम्ही दोघ एकत्र वेगळ राहतो. तिकड सासू, दीर, जाऊ राहतात. पण माझी इच्छा आहे रे अजिंक्य मला पण बाळ हवय.

अजिंक्य : होईल ना. निराश का होतीस. आणि रडून काय होणारे ? दुसरा ऑप्शन नाही का काय ?

अंजली : होती टेस्टट्यूब. पण ती पण फेल गेली.

अजिंक्य : मग आता ?

अंजली : मला तर नाही वाटत आता काही माझ चांगल होईल. मी म्हणत होते माझ्याशी लग्न कर का केल नाहीस. मला तूच हवा होतास अजिंक्य. तू असतास तर मी आत्ता अशी नसते रे.

अजिंक्य : अस नाही ग. तुला पण माहितीय माझ प्रतीक्षा वर प्रेम आहे खूप. मग कस मी करणार होतो तुझ्यासोबत लग्न. आणि तिच्या बाबतीत काय झाल माहितीय ना ? मग तिला तेव्हा कस मी एकट सोडणार होतो.

अंजली : हो पण, ज्याच्यावर आपण करतो त्याच्यातर त्याच्यातर नाही तर जो आपल्यावर प्रेम करतो त्याच्यावर प्रेम कराव माणसाने.

अजिंक्य : मान्य आहे पण मी तिच्यावर ती माझ्यावर दोन्हीकडून प्रेम होत आमच्यात.

अंजली : माझ पण होतच कि तुझ्यावर प्रेम अजिंक्य.

31

पेच पडला !

अजिंक्य : झाल ते झाल ना अंजली आता. तुझ लग्न झाल माझ लग्न झाल.

अंजली : हो पण त्याचा फायदा कुणाला झाला फक्त तुला ना ? मला काय मिळाल त्यातून ? ना सुख ना माझ मला प्रेम. इतका बदलशील अस वाटल नव्हत मला. गरज होती तेव्हा माझ्या जवळ आलास आणि गरज मिटली, प्रतीक्षा तुझ्या आयुष्यात आली कि लग्न केलस तिच्याशी.

अजिंक्य : हे बघ मी जवळ कसा आलो ते माहितीय तुला. मी अंधारात ठेवल नव्हत तुला. आणि तेव्हा तुझ माझ्यावर प्रेम नव्हत. आपल्यात जे काय दोनदा झाल ते तुझ्या मर्जीने झाल. पण पुढे कधी केल नाही मी. आणि ते जुन आठवून काय मिळणारे ? आणि बघ अस हि आता या क्षणाला आपण खूप पुढ आलोय. म्हणजे मैत्री, प्रेम याच्यापण पुढे. तेव्हा असच काहीतरी घडलेल आपल्यात पण आता नाही घडू शकत. जरी आता काय मनात एकमेकांबद्दल वाटल तरी त्याला आपण प्रेम नाही म्हणू शकत. समजतय का तुला ?

अंजली : नाही समजत मला. तेव्हा माझी मी एकटी ठीक होते ना. तुझ आणि त्या प्रतीक्षाच तुटल तू माझ्याशी जास्त बोलायला लागलास. माझ्यासोबत अभ्यासाला बसायला लागलास. त्यात कधी तुझा स्पर्श झाला मला. कधी तू जवळ घेतल मला.

अजिंक्य : मुद्दामून ते केल नव्हत. तुही केलच होतस.

अंजली : काहीका असेना. पण केलस ना ?

अजिंक्य : मग दोष मला का ? दोघांना पण सेमच हवा.

अंजली : पण त्यामुळे मनात नसताना पण मला तुझ्याबद्दल प्रेम तयार झाल ना माझ्या मनात. तुला तुझ प्रेम कळाल. कुठ होती ती तुझी प्रतीक्षा जेव्हा तुला एकट्याला सोडून गेली. त्रासात होतास तेव्हा सोबत तुझ्या कोण होत ? मीच होते ना ? गरज होती तुला तेव्हा मी होते अजिंक्य विसरू नकोस. आणि तिला गरज लागली कि तू आठवलास का तिला ? म्हणजे काय स्वार्थ बघितला ना तिने. आणि मी काय केल तुझ्या एका शब्दावर मी दुसऱ्याशी लग्न केल आणि काय झाल बघितल ना ? तुझ्यामुळेच माझ वाटोळ झालंय.

अजिंक्य : अस का बोलतीस ? काय हव तुला बोल. हे बघ मी म्हंटल आहे का काय चुकीच तुला ? मला माहितीय मला तू खूप संभाळलस तेव्हा. माझ्यावर प्रेम केलस. मला प्रेम दिलस. पण आत्ता नाही ना होऊ शकत पुन्हा ते. बाकी दुसर काहीही माग. मी नक्की देणार. आणि आपली मैत्री तर कधी मी तोडणार नाही. वचन दिलंय मी तुला. मी आहे ना सोबत अंजू तुझ्या. तू नाराज नको ना होऊ अशी. तू अशी चिडलीस कि मला कस तरी वाटत. प्लीज ना.

अंजली : मला तुला भेटायचं आहे.

अजिंक्य : भेटू ना. लवकरच.

अंजली : उद्याच. लवकर–बिवकर नाही.

अजिंक्य : अग उद्या कस ? उद्या देवी बसणारे. आणि मला जायचंय साताऱ्याला.

अंजली : मला माहित नाही. मला तू उद्या पुण्यात पाहिजेस.

अजिंक्य : नवरा ?

अंजली : माहितीय त्यांना.

अजिंक्य : काय ?

अंजली : तूच एक ऑप्शन आहेस. प्लीज तू तरी नाकारू नकोस.

अजिंक्य : म्हणजे ?

अंजली : लग्न झाल्यापासून ह्यांचा भाऊ माझ्यामागे लागलाय. ह्यांना सांगितल दोघांची भांडण झालीत केव्हाची अजून बोलत नाहीत. नाहीतर त्याचं मुल माझ्यात वाढवायचं अस हे बोलत होते.

अजिंक्य : मग ?

अंजली : आता नाही होऊ शकत ते आणि खात्रीचा आणि जवळचा मला तू आहेस म्हणून सगळ मी तुला सांगितल.

अजिंक्य : हो तू पण आहेस माझी सगळ्यात जवळची.

अंजली : मग येणार ना उद्या ?

अजिंक्य : हो भेटू पण काय काम आहे ?

अंजली : कळत नाही का जाणून-बुजून अस बोलतोयस ?

अजिंक्य : काय झाल अग, खरच नाही समजल काही मला.

अंजली : माझ्या पोटात मला बाळ वाढवायचय........ तुझ. मला पण आई व्हायचंय.

अजिंक्य : काय ? अग हे काय बोलतीस ? मला हे असल मनात पण नाही. आणि मी नाही हे करू शकत. एकतर उद्या माझा उपवास आहे. त्यात प्रतीक्षाने एक टेन्शन दिलंय.

अंजली : काय केल तिने ?

अजिंक्य : तू जे मागतीयस तेच तिला पण पाहिजे.

अंजली : काय ?

अजिंक्य : साराला भाऊ हवा छोटा म्हणून हट्ट करतीय आणि त्यासाठी तिन मला लवकर घरी बोलावल आहे. ती तिकड तयार झालीय आणि इकड तूपण तेच मागतीयस.

अंजली : तिला आहे ना सारा गरज मला आहे रे अजिंक्य. समजून घे मला. एकदा प्लीज परत नाही काय मागणार तुला मी. हव तर तुझ्याशी कधी बोलणार नाही मी. तुझ्या आयुष्यात परत येणार पण नाही.

अजिंक्य : अग अस का बोलतीस. अस नको बोलू पण. मलाच कळेना मी काय करू.

अंजली : प्लीज अजिंक्य. (अंजली रडायला लागली)

कॉल कट होतो. अजिंक्य उशीवर डोक टेकवून झोपतो. इकड अंजली डोळे पुसते आणि मोबाईल नीट बघून कॉल लावते मोबाईल बंद लागतो.

अजिंक्यच्या मोबाईलच चार्जिंग संपलेल असत. अजिंक्य मोबाईलला चार्जर जोडून मोबाईल सुरु करतो आणि अंजलीला कॉल लावतो. ती उचलत नाही. अंजली पाणी प्यायला गेलेली असते. अंजली येऊन झोपते. मोबाईलला हात लावणार तोच तिचा नवरा तिला जवळ घेतो. ती मोबाईल बघायचं सोडून झोपते. इकड अजिंक्य एक मेसेज तिला पाठवून ठेवतो आणि झोपून जातो.

32

समागम !

सकाळ झाली. इकडे प्रतीक्षा सकाळी आवरून साराला घेऊन सगळ घरातल आवरायला लागली. घट बसले. अजिंक्यला यायला वेळ लागणार होता. मग तिने सगळ आवरून ठेवल. साराला खायला बनवून दिल. मग ती साराला घेऊन बाहेर गेली. इकडे अजिंक्य उठून कधीच बसमध्ये बसला. बस रस्त्याने सुसाट धावत होती. आणि अजिंक्यच मन अगदी धिम्या पावलाने सातार्‍याला चालल होत. अंजलीने सकाळी सगळ आवरल होत. तिने मोबाईल चार्जिंगला लाऊन ठेवला. अजिंक्यने अंजलीला अजून एक मेसेज केला. "काळजी घे."

तिकडून मेसेज आला "हो. तूपण घे. निट प्रवास कर. पोचलास कि सांग" आणि ती कामाला लागली. वेळ जात राहिला. प्रतीक्षा एक परफ्युमच्या दुकानात आली. तिने एक परफ्युम घेतल. वाह..! काय वास होता. असा कि ते जाहिरातीत दाखवतात ना कि मुलाने परफ्युम मारला कि मुलगी त्याच्याकडे आकर्षित होते. ते खोट असत माहितीय मला पण ह्या परफ्युमचा येणारा वास आणि प्रतीक्षाने धुतलेल्या केसांचा वास घेऊन मला तर वाटत अजिंक्य काय संयम राखून बसला नसता. प्रतीक्षाने आवरलंच होत अस कि बस. अजिंक्य म्हणतो तशी ती दिसत होती. 'जगातली सर्वात सुंदर मुलगी'. अडीच तास झाले. बस तशी म्हणावी तितकी जोरात चालवली जात नव्हती. म्हणून अजिंक्यला उशीर होत होत.

अंजलीचा मेसेज आला. "पोचला का" अजिंक्यने होकार पाठवला. अंजली निवांत झाली. अजिंक्य नीट पोचला. बर झाल म्हणून आतल्या खोलीत जाऊन केसांना निट वर बांधल. खांद्यावर ओढणी घेतली. आणि एकदा डोळ्यावरून हात फिरवला. डोळे थकलेले वाटत होते. इकडे प्रतीक्षाचा मोबाईल वाजला. ती घरी निघाली होती. तिने कॉल उचलला. अजिंक्यने कानाला मोबाईल लावला. बेलचा आवाज आला.

अजिंक्य : हेल्लो, प्रतीक्षा.. काम वाढल आज पण थांबावं लागतय मला.

प्रतीक्षा : काय रे हे. काल का सांगितल नाहीस. ऐन वेळेस सांगतोस तू मला नेहमी असल काहीतरी मला नाही बोलायचं तुझ्याशी तू जा. माझ्याशी नको बोलूस.

अजिंक्य : अग मला पण आताच समजल आहे. मी निघालो पण होतो. प्लीज ना तू नाही घेणार तर कोण घेणार मला समजून सांग ना ?

प्रतीक्षा : मी आहे म्हणून किती मी समजून घेऊ ? तू घेणार नाहीस का मला समजून ? तू येणार म्हणून मी किती तयारी केली. जाऊदे मी आलेली बाहेर. जाते घरी.

अजिंक्य : कुठ गेलेलीस ?

प्रतीक्षा : जाऊदे... उद्या तरी येणारेस का ?

अजिंक्य : हो नक्की. तू चिडू नकोस ना.

प्रतीक्षा : चिडत नाहीरे अजिंक्य. मी तुझी वाट बघतीय ना. तुला माहितीय ना मला एकट्याला नाही राहवत. मला तू लागतोस सतत अवती भोवती.

अजिंक्य : हो. बर ऐक बाळ. मी येतो रात्री पर्यंत. चालेल ?

प्रतीक्षा : नको उशिरा प्रवास करू.

अजिंक्य : नाही दुपारी निघेन ना काम लवकर उरकून. शूट लवकर करतो कम्प्लीट. आठ पर्यंत येतो.

प्रतीक्षा : वाट बघतीय. मी ये लवकर. आय लव्ह यु.

अंजली दार उघडते. ती अजिंक्यला बघते आणि त्याच्या डाव्या हाताला धरून घरात घेते. अजिंक्य तिला डोळ्याने खुणावतो. आणि बोलतो,

अजिंक्य : लव्ह यु टू प्रतीक्षा. खूप खूप खूप जास्त.

अंजली त्याच्याकडे बघते. तिच्या डोळ्यात पाणी येत. अजिंक्य कॉल कट करतो मोबाईल खिशात ठेवतो. आणि सोफ्यावर जाऊन बसतो. अंजली दार लावते आणि आत जाऊन फ्रीज मधून पाण्याची बाटली आणते. तो पाणी पितो आणि बाटली टेबलावर पुढे ठेवतो.

अंजली त्याच्या जवळ बसते थोडस अंतर ठेवून.

अंजली : कसा झाला प्रवास ?

अजिंक्य : ठीक. कशीयस ?

अंजली : कशी वाटतेय ?

अजिंक्य : ठीक नाही.

अंजली : मग कर मला ठीक.

अजिंक्य : पण, कस तरी वाटतय मला अंजली.

अंजली : मला पण. पण अजिंक्य....

अजिंक्य : काय ?

अंजली त्याच्या जवळ सरकली आणि त्याला मिठी मारून त्याच्या कानाशी बोलली,

अंजली : अजिंक्य...

अजिंक्य : हम...?

अंजली : आय लव्ह यु खूप सार.

अजिंक्यला काय कराव आणि काय बोलाव सुचत नव्हत. तिने त्याला मिठी मारली असली तरी त्याने अजून तिला हात लावला नव्हता. तिने त्याच्या पाठीला हाताने घट्ट पकडल. अजिंक्यच्या मानेला आपले ओठ टेकवले. आणि त्याच क्षणी अजिंक्य तिला जवळ ओढून घेतो.

अंजली : (मिठीत डोळे मिटून असते) बोल ना...

अजिंक्य : काय ?

अंजली : मी काय बोलले. आय लव्ह यु खूप सार.

अजिंक्य : माझ फक्त प्रतीक्षावर प्रेम आहे.

अंजली बाजूला झाली. राग अलायासारख ती उठून आतल्या खोलीत गेली. अजिंक्य बसून होता. मग त्यालाच कस तरी वाटल. त्याने जरा बाहेरच्या खोलीकडे तिथच बसून एकदा नजर टाकून बघितल. मग

उठून तो आत गेला. आत अंजली आरशासमोर बसलेली रडत. शांत. डोळ्यातून फक्त पाणी येत होत. बाकी चेहऱ्यावर काहीच हावभाव नाही. अजिंक्यला सुचेना तो गेला तिच्या मगे उभा राहिला. तिच्या खांद्यावर हात ठेवला. तिने तो झटकला. अजिंक्यने मग परत तिच्या केसांवर हात फिरवला. ती उठून बेडवर बसली.

अजिंक्य : काय झाल ?

अंजली : जाऊ दे प्रेम नाही ना माझ्यावर तुझ ? जाऊ दे ना मग.

अजिंक्य : अस काय नाही ग अस नको ना बोलू. पण तू समजून घे ना मला.

अंजली डोळ्याच पाणी पुसायला लागते, अजिंक्य जवळ जाऊन तिच्या उभा रहतो पुढे आणि तिच्या डोळ्यातल आलेल पाणी हाताने पुसतो. ति त्याच्या दोन्ही हाताना हातात पकडते. अजिंक्य डोळे मिटतो त्याला प्रतीक्षा सारा आठवते.

अजिंक्य : मला माफ कर.

अंजली : का ?

आणि अजिंक्य तिला मागे सरकवतो. अंजली पण अंग सैल सोडते. आणि मागे सरकते. डोक्याखाली उशी घेते. अजिंक्य तिच्या जवळ असतो. खूप वर्षांनी असे ते एकत्र जवळ आलेले. तिने त्याला जवळ मिठीत ओढलं.

प्रतीक्षा इकडे बसलेली बेडवर अजिंक्यने लिहिलेल्या तिच्यासाठीच्या कवितेची डायरी वाचत. सगळ्यावर तिचच नाव होत आणि एका कवितेत मात्र प्रियांका नाव दिसल. आणि प्रतीक्षाला कस तरी वाटल तिने ते पान डायरीतून फाडल आणि तिच्या कपाटात साडी खाली ठेवल लपवून. आणि बसली पुढ वाचत. इकडे दोघांच प्रेम चरमसुखापर्यंत पोचलच होत.

33

एकदाचं झाल !

अजिंक्य बसलेला असतो. अंजली जाऊन पाणी आणते. अजिंक्य थोड पाणी पितो. ग्लास अंजलीकडे देतो. अंजली उगीच लाडात आल्यासारखं अजिंक्यजवळ बसते आणि पाणी पिते. अजिंक्य अलगद बाजूला सरतो. अंजलीला ते जाणवत.

अंजली : काय झाल आता ?

अजिंक्य : कुठ काय ? काय नाही. का ग ?

अंजली : मग अस का केलस ?

अजिंक्य : काय केल ?

अंजली : बाजूला का सरलास ? मी जवळ बसले तर ?

अजिंक्य : अस काही नाही. तुला बसायला जागा दिली.

अंजली : काहीही बर का, बेड आहे खुर्ची नाही. जागाच जागा आहे. खर सांग काय झाल ?

अजिंक्य : (अजिंक्य अंजलीकडे पूर्ण वळून) हे आपल्या दोघातच राहील ना ?

अंजली : हो.

अजिंक्य : मी कधी फसवल नाही प्रतीक्षाला आणि कधीच फसवायच पण नाही. पण मी नाही सांगू शकत तिला. हे बघ मी मनात नाही ठेवू शकत हे प्रतीक्षापासून लपवून. पण गत्यंतर नाही. मी सांगणार नाही तूपण सांगायचं नाही. प्रॉमिस दे.

अंजली : (अजिंक्यच्या हातावर हात ठेवत) प्रॉमिस.

अजिंक्य : बर मी निघू ?

अंजली : तू थांबणार होतास ना ?

अजिंक्य : हो पण प्रतीक्षा तिकड नाराज झालीय. ती कधी राहत नाही माझ्याशिवाय. पहिल्यांदा तिला मी सोडून आलोय अस एकटीला.

अंजली : खूप लकी आहे ती.

अजिंक्य : का ?

अंजली : माझ प्रेम तिला मिळाला. ते पण असच.

अजिंक्य : अंजली हा विषय नको परत. तुझा तुझा संसार सुरु झालाय. माझा माझा सुरुय. त्यात जर हे जुन प्रेम उकरून काढलंस तर दोघांचे संसार मोडायची पाळी येईल समजतय का तुला ? जरा मनावर ताबा ठेव.

अंजली : तुला ठेवता येतो का ताबा तुझ्या प्रेमावर ? प्रतीक्षाची आठवण काढतोयसच ना मी सोबत असताना पण. माझ्यासोबत ते सगळ करून पण.

अजिंक्य : हे बघ ती तुझी गरज होती. माझी नाही. दोघांची गरज असते इच्छा असते आणि तेव्हा हे प्रेम होत तेव्हा दुसर काही सुचत नाही. आत्ता इथ मी प्रतीक्षाला फसवल आहे. आणि अजून किती फसवणार आहे कुणाला माहित ? आणि जरी मी कायम हि एक गोष्ट प्रतीक्षापासून लपवून ठेवली आणि भविष्यात तू कधी समोर आलीस तुझ्या बाळाला घेऊन तर मला काय वाटेल माहित नाही.

अंजली : हे सगळे विचार सोड. तू शांत हो. उगीच सगळ्या जगाचे विचार करत बसू नकोस. तुझ लिखाण कस सुरुय ?

अजिंक्य : हे काय मधेच ?

अंजली : सांग ना ?

अजिंक्य : मस्त सुरु आहे. तीन टीव्ही सिरीयल सध्या लिहितोय. आणि एक मोठी फिचर फिल्म बनवतोय.

अंजली : बनवतोय म्हणजे ? लिहितोयस का ?

अजिंक्य : नाही डायरेक्शन करतोय.

अंजली : वाह.... तू तर खूप मोठा झालास रे...

अजिंक्य : व्हायचंय अजून.

अंजली : मला मध्यंतरी किती आठवण आली तुझी. तुला कॉल करावा म्हणत होते. पण केला नाही. मग तुला इंस्टा, फेसबुकवर शोधलं. पण नव्हता तू.

अजिंक्य : हम... वापरत नाही मी. वेळ नसतो मला.

अंजली : मग मला सापडलास तू गुगलवर. खरच खूप भारी वाटल मला. ऐक ना,

अजिंक्य : काय ?

अंजली : आय लव्ह यु कायम.....

अजिंक्य : हम. पण आय लव्ह प्रतीक्षा...

अंजली : खोट खोट म्हणाला असतास तरी चालल असत. तू गेल्यावर काय आता येणार नाहीस. मी पोटातल्या तुझ्या माझ्या बाळाला काय सांगू ?

अजिंक्य : मी भेटेन तुला. केलय तर निभावणार सुध्दा. काय लागल सवरल तर मला सांग.

अंजली : आणि तूच लागला तर ?

अजिंक्य : येण्याचा प्रयत्न करीन. मी निघतो.

अंजली : निघालास ? खाऊन जा ना. मी जेवण बनवलय.

अजिंक्य : चालेल.

अंजली अजिंक्य जेवले. मग अजिंक्य तिच्याशी जरास बोलला आणि चार वाजता निघाला. साताऱ्याला घरी आठला पोचला. दार वाजवल. प्रतीक्षा हसून दार उघडते. अजिंक्य आत गेला. प्रतीक्षा त्याला पाणी आणून देते आणि आत निघून जाते.

अजिंक्य पाणी पिऊन आत गेला आणि बेडवर जाऊन झोपला. सारा जाऊन त्याला उठवायला लागते. अजिंक्य थकलाय सांगतो. सारा ऐकत नाही. त्या आवाजाने प्रतीक्षा आत आली. अजिंक्य असा कधी झोपत नाही आज काय झाल म्हणून ती त्याच्या जवळ बसते आणि त्याच्या कपाळावर हात फिरवत बसते.

प्रतीक्षा : काय झाल ?

अजिंक्य : थकलोय ग मी.

प्रतीक्षा : झोपणारेस का ?

अजिंक्य : हो.

अजिंक्य झोपला. प्रतीक्षा साराला घेऊन बाहेरच्या खोलीत गेली.

34

दुसरी तयारी सुरू !

सारा बाहुलीशी खेळत बसलेली. प्रतीक्षा सोफ्यावर बसलेली टीव्ही बघत. तस बघायला गेल तर तीची नजर फक्त टीव्हीकडे होती. विचार आणि लक्ष मात्र अजिंक्यच्यात रमल होत. अजिंक्य का नको म्हणत असेल दुसऱ्या बाळासाठी तिला काही समजत नव्हत. ते एक विचार असताना आता प्रियांका कोण हे पण तिला कळत नव्हत. एकदम जर अजिंक्यला विचारल तर चिडेल तो या विचाराने तिने प्रियांकाचा विषय बाजूला केलेला.

तरीपण मग फिरून फिरून एकच विचार डोक्यात येत होता अजिंक्यला काय झाल ? का नको म्हणतोय तो दुसर मुल ? त्याला कुणी सांगितल असेल का काय ? काहीच समजायला तिला मार्ग नव्हता. इतक्यात अजिंक्यचा आवाज आला मागून. तिने बसल्या जागीच फक्त मान मागे वळवून बघितल. अजिंक्य बारीक डोळे करून उभा होता जांभई देत.

प्रतीक्षा : झाली का झोप ?

अजिंक्य : नाही. कामामुळ झोप पण नाही झाली काल निट. त्यात तुझी आठवण येत होती रात्री. सकाळी निघावं म्हंटल लवकर तर काम आल. मग तुझ्याजवळ यायला नुसता वेळच वेळच वाढत जात होता.

प्रतीक्षा : ये इकड.

अजिंक्य तिच्या जवळ गेला. तिच्या शेजारी बसला. ती त्याच्या डोक्यावरून केसातून हात फिरवत होती आणि त्या तिच्या प्रेमळ कुरवाळण्याने त्याची क्षणात झोप उडाली. दुपारी असच काहीस जाणवत होत जेव्हा तो अंजली सोबत झोपला होता तिच्यावर. तीपण अशीच अजिंक्यच्या केसातून हात फिरवत होती. त्याने प्रतीक्षाचा हात केसातून काढला. आणि तिच्या खांद्यावर डोक टेकवून टीव्ही बघायला लागला.

प्रतीक्षा : काय झाल ? मूड ठीक दिसत नाहीये ? कोण काय बोलला का ? का सेट वर काय झाल ?

अजिंक्य : नाही ग. असच जरा आतून ठीक वाटत नाहीये.

प्रतीक्षा : नक्की ना ? मला माहितीय तू मला सगळ सांगतोस. म्हणून मी फोर्स करणार नाही. पण तरी काय असेल तर सांग.

अजिंक्य : नाही अस काही नाही. पण एक सांगायचंय तुला.

प्रतीक्षा : काय ?

अजिंक्य : तुला खरच हवय का दुसर मुल ?

प्रतीक्षा : हो आणि तो पण मुलगाच.

अजिंक्य : बर.

प्रतीक्षा : तूला का नकोय ते मला सांगतोस का आधी ?

अजिंक्य : माझ काय नाही.. पण मला वाटत आहे एक तर कशाला.

प्रतीक्षा : पण हरकत काय आहे दुसर असल तर ?

अजिंक्य : काहीच नाही.

प्रतीक्षा : माहित आहे मला तुझी जबाबदारी वाढणार आहे. पण हव तितक कमावतोयस मग काय हरकत आहे ? आणि सारा कुठवर आहे सोबत ? तीच लग्न झाल कि परत आपण एकटच. म्हातारपणी नको का कोण आपल्याला ?

अजिंक्य : मला तर मुलाची वैगरे गरज नाही.

प्रतीक्षा : मग ?

अजिंक्य : मला तू हवीस माझ्या म्हातारपणी बाकी माझी काही अपेक्षा नाही. मला अस वाटत फक्त तू असाव. सतत समोर तू दिसाव. बाकी ती मुल वैगरे मोह आहे ग. काय त्यांचा उपयोग ? लहान असतात तोवर गोड-गुटगूटीत वाटतात नंतर जशी जशी मोठी होतात नुसता

डोक्याला ताप होतो. मुलगी असली तरी वयात आल्यावर कोण माग लागतय कोण कस वागतय सगळ्याच टेन्शन. मुलगा असला तरी कुठ जातोय काय करतोय. कुणाची सांगत धरतोय. कुठ जाऊन मारामारी तर करत नाही न. सगळ्या-सगळ्याच टेन्शन. यात आपण जगायचं कधी ? हे बघ एक तर मला आता कुठ जगायला मिळाल आहे ते पण तू लग्न केलस माझ्याशी म्हणून नाहीतर माझी अजून सुरुवातच नसती.

तुझ्यामुळ हे मी काम वैगरे करतोय. आयुष्य जगतोय.

प्रतीक्षा : हो माहित आहे पण माझी इच्छा आहे.

अजिंक्य : ऐकायचच नाही ठरवल असशील तर ठीके. घेऊ चान्स. पण दोघांच्यात कधीही तुलना करायची नाहीस. मी हि कधी तुलना करणार नाही. दोघांचा हि आदर्श वडील बनून वागेन.

प्रतीक्षा : हो मी हि आई म्हणून कुठे कमी पडणार नाही.

अजिंक्य : वाटल नव्हत मला प्रतीक्षा...

प्रतीक्षा : काय ?

अजिंक्य : हेच कि आपण एकत्र येऊ कधी. कॉलेजला प्रेमात असताना वाटायचं आपण लग्न करू. कोण नाही हो बोलल तर पळून जाऊन करू पण त्या नुसत्या बाता होत्या प्रत्यक्षात ते जमणार पण नव्हत हे माहित होत पण उगीच हिरो सारख अंगात यायचं माझ्या तू समोर असलीस कि आणि मी काहीही तुझ्यापुढ बडबड करायचो. तू पण अगदी माझ्यावर विश्वास ठेवायचीस.

प्रतीक्षा : हो. माझ प्रेम होत तुझ्यावर पहिलं. तू म्हणशील ते मला पटायचं. आणि तुझ ऐकायला मला आवडायचं.

अजिंक्य : आज तू आता अशी माझ्या जवळ बसलीयस. दुसऱ्या मुलाबद्दल आपल बोलन सुरु आहे. म्हणजे हेच का ते प्रेम ? मला काहीच समजत नाहीये. कसल भारी झालय आयुष्य. मनात येईल तेव्हा तुला बघायचं. मनात येईल तेव्हा तुला जवळ घ्यायचं. तास तासभर तुझ्या घरापाशी रस्त्यावर उभा राहायचं नाही. माझा वर्ग सोडून कॉलेजच्या गेटपाशी तुझी वाट बघत बसायचं नाही. तू माझ्याकड बघितल कि नजर चोरून घ्यायची नाही. कुणाला हि भ्यायचं नाही. सगळ कस आता बिनधास्त.

प्रतीक्षा : हो. म्हणूनच म्हणते. प्रेम करतोस तू माझ्यावर ठीक आहे. माझ तुझ्यावर प्रेम आहे पण ते दिसायला नको का ? आणि तू नाही म्हणालास आणि मी मानलं समाधान सारावर तरी मला कायम वाटत राहील ना एक स्त्री म्हणून कि तुझ हि प्रेम मला मिळाव....

अजिंक्य : हो..

प्रतीक्षा : करायचं ?

अजिंक्य : हो.

प्रतीक्षा : कधी ?

अजिंक्य : आज... आत्ता...

प्रतीक्षा : खर ?

अजिंक्य : हो... सारा झोपली कि.

प्रतीक्षा : चालेल..... तू जेवणार का ?

अजिंक्य : भरल पोट.

प्रतीक्षा : कस काय ? काय खाऊन आलेलास का ?

अजिंक्य : नाही मला बर वाटल तुला खुश बघून.

प्रतीक्षा : आहेस तू तर मी का नाराज होऊ. आणि तू कधीच मला नाराज करत नाहीस. मला माहितीय तू पुढे हि मला नाराज करणार नाहीस कधी हो ना ?

अजिंक्य : हो. कधीच नाही.

प्रतीक्षा : चल जेवता. मी पण जेवायची आहे अजून.

अजिंक्य : चल.

दोघ आत गेले. प्रतीक्षाने अजिंक्यला वाढल आणि स्वतः हि घेतल. दोघ जेवत बसले.

35

दिवस गेले !

अजिंक्य प्रतीक्षाच्या शेजारी झोपलेला असतो. डोळे मिटून तो नुसता पडलेला असतो. प्रतीक्षा लाडात आल्यासारखी त्याला मागून घट्ट पकडते आणि त्याच्या अंगावर हात टाकते. अजिंक्य त्या हालचालीने तिच्याकडे कूस करून बघतो आणि तिला जवळ घेतो.

अजिंक्य : आता तरी खुश ना ?

प्रतीक्षा : हो खूप खूप.. खुश. खूप भारी वाटतय मला. आज पहिल्यांदा आपण अस जवळ आलो.

अजिंक्य : मला नाही ठीक वाटत.

प्रतीक्षा : त्रास होतोय का ?

अजिंक्य : नाही. मी प्रेम तुझ्या मनावर केल कायम. ह्या सेक्सचा कधी विचार नव्हता केला.

प्रतीक्षा : का ?

अजिंक्य : अग जग किती बिघडलय. प्रेम इथ संपत चाललय. म्हणजे खर प्रेम. ज्याला त्याला फक्त प्रेमाच्या नावाखाली सेक्स करायचा आहे. मी म्हणून ठरवलेल तुझ्यावर प्रेम करायचं पण सेक्स हि गोष्ट डोक्यातून बाहेर काढून. नेमकी तीच गोष्ट आपण केली म्हणून आता कस तरी वाटतय....

प्रतीक्षा : अरे पण आपण अजिंक्य नवरा बायको आहोत. त्यात कशाला असले विचार करतोस आणि नवरा बायको म्हंटल कि हे अस

होणारच ना.

अजिंक्य : हम. पण पुन्हा नको... इतक्यात तरी. सतत सतत सेक्स करून प्रेम आणि आकर्षण खूप जास्त कमी होत. मला प्रेमाला मारायचं नाही जगवायचं आहे. त्यामुळे शारीरिक प्रेमात तरी आपण थोड अंतर राखूनच राहू.

प्रतीक्षा : हो. तू म्हणशील तस वागणार मी. मी तुझी आहे ना... आणि कधीहि तुला इच्छा झाली माझ्या जवळ येण्याची तर कायम मी तुझी आहे.

अजिंक्य : हो. आय लव्ह यु..

प्रतीक्षा : आय लव्ह यु.

दोघ झोपून गेले.

दिवस जात जात जात होते.. दीड महिना होऊन गेला. प्रतीक्षाला दिवस गेले होते. दिवाळी जवळ आलेली. प्रतीक्षाच फराळाच काम सुरु होत. अजिंक्यची घराची साफसफाई सूरु होती. प्रतीक्षाला त्रास नको म्हणून तो हि नंतर फराळ बनवायला मदतीला लागला. दोघांच्यात त्या रात्रीपासून अजूनच प्रेम वाढल होत. त्या प्रेमाला जपत-फुलवत दोघांच आयुष्य नीट सुरु होत. उद्या धनत्रयोदशी होती. आकाशकंदील लावत असताना अजिंक्यला एक मेसेज आला. त्याने पहिला आकाशकंदील लावला. मग त्याला बल्ब लावून आकाशकंदील कसा दिसतोय दाखवायला प्रतीक्षाला त्याने हाक मारली. सारा आणि प्रतीक्षा दोघी दारात आल्या. दोघींना ते आवडल. मग अजिंक्य स्टुलावरून खाली उतरला. प्रतीक्षा साराला घेऊन आत गेली. अजिंक्य लाईट माळ घ्यायला टेबलापाशी आला. आणि परत त्याचा मोबाईल वाजला. मग त्याने हातातली माळ खाली ठेवून मेसेज वाचायला सुरुवात केली.

"देवाकडे मागून मी तुला मिळवल, त्याने माझी इच्छा पूर्ण केली आणि मी त्याला दान द्यायचं विसरूनच गेले....आणि म्हणून तू माझा कायमचा झाला नाहीस. याच दुःख होतय मला. पण त्या देवाकडे मागितलेल्या मागणीत थोडीफार का होईना माझी श्रद्धा देवाला दिसली असावी म्हणून त्याने परत तुझी माझी भेट घडवली. आणि....."

अजिंक्यने मेसेजला रिप्लाय दिला "आणि ?"

परत मेसेज आला, "आणि तू नाही निदान तुझ प्रेम तरी माझ्या पोटात वाढतय... माझ्या या हृदयात तुझ्या नावच प्रेम वाढवायचं नशीब नाही मिळाल मला पण पोटात तरी वाढवते..."

अजिंक्यने मेसेज केला, "म्हणजे ? समजल नाही मला ? आणि आज अचानक आठवण कशी आली तुला माझी ?"

"आठवण तर रोज येतेय. पण म्हंटल आजच्या मुहूर्ताला तुला चांगली बातमी द्यावी. म्हणून तुला मेसेज केला. मी प्रेग्नेंट आहे अजिंक्य. तुझ्यापासून. खूप मिस करतेय आता तुला. पोटातल बाळ नकळत माझ्या श्वासासोबत श्वास घ्यायला शिकतय आणि नकळत माझ्या नवऱ्या ऐवजी माझ सॉरी..... आपल बाळ एक बाप म्हणून आतापासूनच तुझ्यावर प्रेम करायला शिकतय. तू खुश आहेस प्रतीक्षा सोबत.. होना ? मी हि इथ खुश आहे तितकीच तुझ्या आठवणीत. कधी जमल तर एकदा भेटून जा. तुझी गरज आहे मला."

अजिंक्य मेसेज करतो, " इतक्यात तरी जमणार नाही पण येऊन जाईन अधीमधी....तू काळजी घे तुझी. काय लागल तर सांग नक्की. मी हि इकड कामात बिझी आहे आणि प्रतीक्षा पण प्रेग्नेंट आहे."

"हम.. चांगल आहे. आय लव्ह यु.. खूप खूप आठवण येतीय आता तुझी."

अजिंक्य, "इतकी नको आठवण काढू. तू तुझी काळजी घे."

"हो..तू कॉल करत जा निदान तू नाही तर तुझ्या आवाजाने तरी मला बर वाटेल. तुझ्या आठवणींच मी काय करू ? मी विसरले तरी त्या आठवतात मला"

अजिंक्य, "नको अस करू खा पी आणि काळजी घे. मी भेटायला येईन तू नीट काळजी घेतलीस तर."

"खरच येणार का ?"

अजिंक्य, " हो. चल. मी आवरतोय. घर. बाय.काळजी घे"

"तू पण काळजी घे. आय लव्ह यु. अजिंक्य"

अजिंक्य,"हम.."

"माहितीय मला तुझ प्रतीक्षावर प्रेम आहे तरी एकदा आपल्या बाळासाठी म्हण ना. त्याला ऐकावस वाटतय.."

"आय लव्ह यु अंजली"...
अजिंक्य लाईट माळ लावतो.

36

न्यू स्टोरी !

आज पाडवा आहे. नवरा बायको जे काही करतात तो उटण वैगरे लावायचा कार्यक्रम झाला. दोघांनी आणि साराने फराळ केला. विशेष म्हणजे आज अजिंक्यने प्रतीक्षाला सोन्याच गळ्यातल घेतल होत. ते तिलासुद्धा आवडलेलं. पाडवा म्हणजे काही असा विशेष दिवस नाही म्हणजे जेवढ नरक चतुर्थीला किंवा लक्ष्मी पूजनाला दिवाळीच अप्रूप वाटत तितक पाडव्याला वाटत नाही. आता वाजले असतील निदान दुपारचे एक. प्रतीक्षा साराला घेऊन टीव्ही बघत बसलेली. अजिंक्य इकडे आत सिरीयलची स्क्रिप्ट लिहित होता. लिहित असताना काही सुचतच नव्हत म्हणजे नक्की पुढचा भाग कसा रंगवावा.

आशु तिच्या प्रियकराला भेटायला जात असते आणि वाटेत तिचा अपघात होतो. हे जेव्हा तिच्या प्रियकराला समजत. तो तिला बघायला दवाखान्यात जातो. बस मधले चाळीस लोक गंभीर असतात आणि तेरा मेलेले असतात. मृत लोकांना अस झाकून ठेवलेल असत. त्या प्रियकराला आत जायची हिम्मत होत नाही. तो रडतच बाहेर रस्त्यावर येतो. कुठ जायचं-कुठ जायचं ? म्हणून तो घरी आला. त्याने आपल सामान भरल आणि घराबाहेर पडला. दाराला कुलूप लावल. घरी असहि कुणी नव्हत. त्याने आईला रिक्षात बसताना कॉल केला. सांगितल मी मित्राकडे दोन दिवस चाललोय. दोन दिवसांनी येतो. पुढच काही ऐकायच्या आधी त्याने कॉल कट केला. एके ठिकाणी त्याने रिक्षा

थांबवली. चालत चालत तो सामान घेऊन पुढे झुडुपात गेला. त्याला तहान लागली. त्याने एक बाटली काढली छोटीशीच. आशुला आठवून त्याने ती बाटली तोंडाला लावली.

जराशी हातापायाची हालचाल झाली. बाटली हातातून खाली मांडीपाशी पडली. इकडे गंभीर लोकांमधून आशु ठीक झाली. ती मेली नव्हतीच. तिला घरी सोडल. अजून जरा काही दिवसांनी ती प्रियकराला भेटायला स्वतः गेली आणि बघते तर तो घरी नव्हता. तो घरीच काय या जगातच नव्हता. जिच्यासाठी तो मेला ती तर जिवंतच होती. मग हिने सुद्धा जाऊन आत्महत्या केली. अजिंक्य त्याचाच विचार करत हि कथा लिहित असताना त्याचा मोबाईल वाजला. अजिंक्यने कॉल उचलला.

अजिंक्य : हेल्लो

ज्योती : हेल्लो, अजिंक्य बोलताय का ?

अजिंक्य : हो बोला ?

ज्योती : मी तुमची सिरीयल बघते रोज टीव्हीवर. खूप सुंदर लिहिता तुम्ही. म्हणजे अर्धातास मी त्या तुमच्या स्टोरीत हरवून जाते. खूप उत्कृष्ट लिहिता.

अजिंक्य : धन्यवाद.

ज्योती : आमच्या इथ तर साडेसात वाजले कि सगळीकडे तुमच्या सिरीयालच्या गाण्याचाच आवाज येतो. सगळे तारीफ करतात हिरो, हिरोईनच पण खर तर सगळ श्रेय तुमच आहे. लोकांना कळत कस नाही. लेखक लिहितो उत्तम म्हणून डायरेक्टर आणि हिरो, हिरोईन काम चांगल करतात. ते दिसतात म्हणून त्यांची चर्चा असते लेखकाला कोण आठवत पण नाही.

अजिंक्य : तुमच बरोबर आहे पण अशीच पद्धत आहे.

ज्योती : माझी मैत्रीण आहेना ती तुमच्या सिरीयलची हेअर ड्रेसर आहे. मी तिच्याकडून तुमचा नंबर मिळवला आणि कॉल केला. खूप दिवस इच्छा होती तुमच्याशी बोलण्याची आज मनाची तयारी करून कॉल लावला तुम्हाला.

अजिंक्य : ओह. आभारी आहे. कुठून बोलताय आपण ?

ज्योती : मुंबई.

अजिंक्य : शुटींग मुंबईतच सुरु आहे.

ज्योती : हो माहित आहे.

अजिंक्य : बर.

ज्योती : एक सांगायचं होत.

अजिंक्य : बोला ?

ज्योती : मला तुम्हाला भेटायचं होत.

अजिंक्य : मी सहसा भेटत नाही कुणाला.

ज्योती : प्लीज एकदा भेटायचं आहे.

अजिंक्य : सध्या तर मला वेळ नाही काम सुरु आहेत. आणि दिवाळीसुद्धा आहे.

ज्योती : नंतर परत कधी ?

अजिंक्य : मी सोमवारी मुंबईला येणार आहे तीन चार दिवसासाठी.

ज्योती : मग तर बर होईल इथेच भेटेन तुम्हाला.

अजिंक्य : हो चालेल.

ज्योती : सेटवर भेटायचं कि कुठे दुसरीकडे ?

अजिंक्य : सेटवर नाही भेटता येणार दुसरीकडे चालेल. मी कळवेन तस तुम्हाला.

ज्योती : मी वाट बघेन खूप इच्छा आहे तुम्हाला भेटायची.

अजिंक्य : नक्की. मी स्क्रिप्ट लिहित आहे. तर.

ज्योती : हो सॉरी मी त्रास दिला असेल तुम्हाला तर. मी सोमवारी कॉल करेन तुम्हाला.

अजिंक्य : चालेल.

ज्योती : बाय.

अजिंक्य : काळजी घ्या.

ज्योती : हो नक्की तुम्ही पण घ्या.

अजिंक्य पुन्हा स्क्रिप्ट लिहायला लागला. स्क्रिप्ट लिहून झाली. आणि दुपार पण गाढ तयार झालेली. दुपारचे अडीच वाजत आलेले. अजिंक्यला झोप आलेली तो जाऊन झोपला. रात्री त्याला जागायचं होत.

दिवाळी संपली. पुन्हा रुटीन सुरु झाल. अजिंक्य मुंबईला गेला. शुटींगचा पहिला दिवस होता. स्क्रिप्ट नुसार शूट चालू होत. या भागात

अजिंक्य सुद्धा छोटा रोल करत होता. त्याच शूट झाल आणि तो चहा प्यायला बाहेर आला. तिथ चहा आणि सिगरेट ओढत असताना ज्योतीचा कॉल आला. अजिंक्यने कॉल कट केला आणि पुन्हा कॉल आला. अजिंक्य सिगरेट विजवून एका दमात चहा पितो आणि सेटवर निघून जातो. तेवढ्यात त्याला पुन्हा एकदा ज्योतीचा कॉल येतो.
आणि ....

37

नवखी भेट !

अजिंक्य कॉल उचलतो.

अजिंक्य : कोण ?

ज्योती : सर मी ज्योती.

अजिंक्य : हा बोला ?

ज्योती : बिझी आहात का ?

अजिंक्य : हो शुटींग मध्ये आहे.

ज्योती : फ्री कधी होणार ?

अजिंक्य : एक दहा मिनिटांनी.

ज्योती : लक्षात आल का नक्की मी कोण बोलतीय ? आपण भेटणार होतो ना.

अजिंक्य : हो आहे लक्षात. मी फ्री झालो कि कॉल करेन.

ज्योती : वाट बघतेय.

अजिंक्य : हो. चालेल.

अजिंक्य पुन्हा शुटींगमध्ये बिझी झाला. शुटींग झाल्यावर त्याने मोबाईल हातात घेतला. त्यात त्याला एक मेसेज आलेला दिसतो. एका कॅफेच त्यात नाव आणि पत्ता पाठवलेला असतो. अजिंक्य ज्योतीला कॉल लावून पत्ता खात्रीसाठी नीट विचारतो. ती तो सांगते. मग अजिंक्य तिकडे जातो. कॅफेत आत गेल्यावर तो आत नजर टाकतो. आत सगळे कपल बसलेले असतात. एकटी मुलगी कुणी दिसत नाही. बहुदा ज्योती

आलीच नसेल म्हणून अजिंक्य पुन्हा कॅफे बाहेर आला आणि ज्योतीला कॉल लावायला त्याने मोबाईल मधला कॉल लॉग उघडला आणि तेवढ्यात ज्योतीचाच कॉल आला.

अजिंक्य : हा ? तुम्ही आला नाहीत का अजून ?

ज्योती : आलीय ना.

अजिंक्य : इथ आलेलो मी पण तुम्ही दिसला नाहीत. कुणासोबत आलाय का ?

ज्योती : नाही हो. एकटीच आलीय आणि मी खाली नाही. वर या ना. वरच्या मजल्यावर पण आहे जागा.

अजिंक्य : बर आलो.

अजिंक्य मोबाईल खिशात ठेवून आत गेला. तिथून वरच्या मजल्यावर गेला. एका टेबलावर खूप सुंदर मुलगी बसलेली. सुंदरसा काळ्या रंगाचा वर गळ्याला लाल-गुलाबी रंगाची नक्षी असलेला पंजाबी ड्रेस घालून. केसं तशी थोडीशी मागे बांधून नाजूक खांद्यावर सोडलेली. डोळे अगदी सुंदरच. ती जागची उठली इतक्यात अजिंक्यच तिच्या समोर जाऊन बसला. आणि मग ती हि जागेवर बसली.

अजिंक्य मोबाईलवर काहीतरी लिहित होता. ज्योती ते बघत बसली. पाच मिनिट अशीच गेली. मग अजिंक्यच पुढे लक्ष गेल.

अजिंक्य : काय झाल ? बोला कि. काहीतरी बोलायचं होत ना तुम्हाला ? काय घेणार ? चहा-कॉफी ?

ज्योती : कॉफी चालेल. तुम्हाला काय आवडत ?

अजिंक्य : काही पण चालत. खाण्यात तशी आवड नाही.

अजिंक्य मग दोन कॉफी ऑर्डर करतो. मग स्वतःचा मोबाईल टेबलावर ठेवतो आणि ज्योतीकडे बघतो आता दोघ बोलायला सुरुवात करणार होते.

अजिंक्य : आपण इथल्याच का ?

ज्योती : नाही. मी परळीची आहे. जॉबसाठी इकडे असते.

अजिंक्य : परळी कोणती ?

ज्योती : सातार्‍याची.

अजिंक्य : अरे वाह.. मग आपण एकाच गावाचे आहोत. मी प्रॉपर साताऱ्याचा आहे.

ज्योती : खर सांगताय ?

अजिंक्य : हो. खोट शक्यतो मी बोलत नाही. आवडत नाही मला ते.

ज्योती : होका ? मग काय आवडत.

अजिंक्य : म्हणजे ?

ज्योती : नाही म्हणजे मग काय आवडत तुम्हाला करायला-बघयला वैगरे खूप इच्छा आहे जाणून घ्यायची तुमच्याबद्दल.

अजिंक्य : खास अस काही नाही. सध्या तरी सिरीयलची काम सुरु आहे त्यातच दिवस जातात. वेगळ अस काही करायला बघायला वेळ मिळत नाही. मुंबई पुणे सातारा एवढच असत. तुम्ही काय करता ?

ज्योती : मी कंपनीत काम करते.

अजिंक्य : मग आज गेला नाहीत का ?

ज्योती : नाही. तुम्हाला भेटायचं मग कशी जाऊ. आलेली संधी घालवायला नको म्हणून म्हंटल आज भेटून घ्याव तुम्हाला. परत तुम्ही जाणार ना उद्या ?

अजिंक्य : नाही परवा जाणार आहे.

ज्योती : हा मग आणि मला शनिवार-रविवारी सुट्टी असते ना. परत तुम्ही भेटाल न भेटाल म्हणून आले भेटायला. तुमच्यासारखी मोठी माणस माझ्यासाठी वेळ काढलात तेच खूप आहे माझ्यासाठी.

अजिंक्य : अस काही नाही. मला कुणाला निराश करायला आवडत नाही आणि तुम्ही स्वतःहून कॉल केलात, भेटायचं बोललात आणि आता तर आपण साताऱ्याचे आहोत. त्यात अस काही नाही.

तेवढ्यात कॉफी आली. दोघांनी एक एक घोट घेतला.

ज्योती : खूप असतील ना मागे तुमच्या. मुली?

अजिंक्य : काय ?

ज्योती : माणस ?

अजिंक्य : हा. असतात. का हो ?

ज्योती : नाही असच. तुम्हाला एक सांगू ? मी तुमच्या दोन्ही सिरीयल न चुकता बघते. तुमच्या ब्लॉगवर पण तुमचे लेख वाचत

असते. तुमच्या फेसबुकवर तुमच्या पोस्ट बघत असते. खूप आवडत मला तुमच लिखाण. अस म्हणतात लेखक जस लिहतो तो स्वतः हि तसाच असतो आणि मला तुमच लिखाण आवडत आणि..

अजिंक्य : कला आहे ती. कस सुचत माहित नाही. पण लिहितो. बाकी एवढ मला फॉलो करता. आभारी आहे.

ज्योती : का बर ? एखाद्याच्यामुळे थोडावेळ का होईना आनंद मिळत असेल तर तो का सोडायचा. तुमच्या सिरीयल आणि लेख वाचून ना मला खूप अस बर वाटत. अस वाटत दिवसात एक तर २४ तास तुमची सिरीयल तरी लागावी किंवा दिवसाचे तास २४ न होता सिरीयलचा एक तास असावा. खूप आवडतात मला सिरीयल तुमच्या. फिल्म वैगरे बनवणार आहात का ?

अजिंक्य : सुरु आहे रायटिंग. येईल लवकरच.

ज्योती : वॉव.... !

दोघांची कॉफी संपली.

अजिंक्य : अजून काही हवय का ?

ज्योती : नाही नको. तुम्ही काय घेणार का ?

अजिंक्य : जेवलो नाहीये मी सकाळ पासून. सो भूक लागलीय. तुम्ही पण खावा ना सोबत. मी एकटा अस खात नाही आणि ते मला जात पण नाही.

ज्योती : बाहेरच कशाला खाता मग घरी येत का मी बनवते ना छान ?

अजिंक्य : सॉरी पण नको. पहिलीच भेट आहे अस घरी जाण बरोबर नाही.

ज्योती : अस काही मनात नका हो आणू. बाहेरच्या खाण्याने काय पोट भरणार ? चला ना. मला पण बर वाटेल तुम्ही घरी आलात तर. इथेच राहते मी जवळ.

अजिंक्य तयार झाला. दोघ खाली गेले. अजिंक्यने पैसे दिले. तिने वेस्फा दुचाकी आणली होती. तिने अजिंक्यला चावी दिली. अजिंक्यच्या मागे बसून ती त्याला रस्ता सांगत होती अजिंक्य तसा गाडी चालवत होता.

38

संभ्रम !

अजिंक्य आणि ज्योती घरी पोचले. तिने पहिलं जाऊन फ्रीजमधल थंड पाणी अजिंक्यला दिल. मग स्वतः आत जाऊन प्यायली. मधल्या दारापाशी येऊन तिने बघितल अजिंक्य मोबईलमध्ये काहीतरी लिहित बसलेला.

ज्योती : तुम्ही बसा. मी पटकन गरम चपात्या बनवते.

अजिंक्य : हा चालेल.

ज्योती : आलेच.

ती आत गेली. अजिंक्य बसून होता. थोड्यावेळाने त्याच्यापर्यंत चपात्यांचा वास एव्हाना येऊन पोचला. अजिंक्यची भूक आता वाढत चालली होती. अजिंक्यने मोबाईल खिशात ठेवला. कारण ज्योती त्याला बोलवायला बाहेर आली होती. अजिंक्य उठून आत गेला. बेसिन पाशी जाऊन त्याने हाथ धुतला. तेवढ्यात तिथे ज्योती सुध्दा आली. तिने हात धुतला. अजिंक्य रुमालाने हात पुसत होता. ती त्याच्याच जवळ थांबून हात धुवायला लागली. अजिंक्यला कस तरी वाटल. तो निघून खुर्चीवर जाऊन बसला. तिथे टेबलावर दोन ताट मांडलेली होती. समोरासमोर. ताटात तिने चपाती, वांग्याची भाजी, उडदाचा भाजलेला पापड आणि कैरीच लोणच ठेवलेलं. शेजारी पाण्याचा ग्लास.

अजिंक्य बसला होता. ज्योती हि आली आणि समोर बसली.

ज्योती : करा ना सुरु तुम्ही.

अजिंक्य : नाही तुमच्यासाठी थांबलो होतो.

ज्योती : अहो त्यात काय चला करा सुरु.

दोघांनी जेवण सुरु केल.

अजिंक्य : तुमच्या घरी कोण नसत का ?

ज्योती : नाही सध्या तरी मीच असते. मी इथ जॉबसाठी आले. तेव्हा सोबत आज्जीला घेऊन आले. आज्जी गेली दीड वर्ष झाल. आई बाबा तिकड साताऱ्यात असतात. परळीत.

अजिंक्य : मग त्यांना कधी इकड बोलावत नाही का तुम्हीं ?

ज्योती : खुपदा बोलावून झालय. पण त्यांना इकडच वातावरण सुट होत नाही. मग मी पण जास्त फोर्स करत नाही. मी मग येते दोन एक महिन्यातून आई बाबांना भेटून.

अजिंक्य : मग बाकी जॉब कसा चाललाय तुमचा. काम वैगरे असत का जास्त ?

ज्योती : कधी कधी असत कधी कधी नसत. चपाती घ्या.

अजिंक्य : एकच बस.

ज्योती : एकच काय ? तब्येत आहे एवढी चांगली आणि एवढसच खाताय ? आवडल नाही का जेवण ?

अजिंक्य : खूप सुंदर बनवल आहे. मला आवडल.

ज्योती : मग खात का नाहीये जास्त ?

अजिंक्य : बाहेर मला जास्त जात नाही.

ज्योती : बाहेर कुठ आपण घरी खातोय ना आणि मगाशी बाहेर खात होतात. म्हणजे काय खाल्ल असत ?

अजिंक्य : तस काही नाही. खायचं तर होतच मला. पण तुम्ही प्रेमान इतक्या...

ज्योती सहज आपला पाय टेबलाखाली सरकवते. तिच्या पायाला मुंग्या आलेल्या असतात म्हणून आणि नेमका तिच्या पायांचा स्पर्श अजिंक्यला होतो. अजिंक्य तिच्याकडे बघतो आणि ज्योती अजिंक्यकडे.

अजिंक्य : बोलावलत बर वाटल. बाकी काय म्हणता ?

ज्योती काहीच बोलत नव्हती. ती अजिंक्यकडे बघत होती.

अजिंक्यच जेवण झाल. तो उठणार तोच.

ज्योती : भात घेतला नाहीत ?

अजिंक्य : खात नाही.

ज्योती : थोडा तरी ?

अजिंक्य : नाही नको. तुम्ही खा मी थांबतो हात धुवायचा.

ज्योती : नाही नको तुम्ही या हात धुवून.

लागलीच तिने पण जेवण सोडून दिल आणि ती अजिंक्यपाशी गेली. अजिंक्य हात धुवून पुन्हा खिशातून रुमाल काढतो आणि हात पुसत असतो. ज्योती हात धुते आणि टेबलापाशी जाऊन भांडी गोळा करू लागते. अजिंक्य तो पर्यंत बाहेर येऊन बसतो. डोक्यावर पंखा सुरु असतो. त्यात तो शांत बसून राहतो. थोड्यावेळाने ज्योती बाहेर आली. अजिंक्यच्या पासून जरा लांब बसली. अजिंक्यने तिच्याकडे तोंड फिरवल.

अजिंक्य : मी निघतो.

ज्योती : इतक्यात ?

अजिंक्य : हा हो. शुटींग आहे पाचला आणि मला जरा साताऱ्याला जाव लागतय उद्या. मग आज स्क्रिप्ट पूर्ण करून देतो. म्हणजे मी जायला मोकळा.

ज्योती : परत कधी येणार ?

अजिंक्य : बघू आता. माझा या मालिकेचा करार संपला एक वर्षाचा आता दुसरा लेखक असणार. त्यामुळे आता मुंबईत कधी येईन माहित नाही.

ज्योती : खर सांगताय ? का हो अस. आज तर भेटलात पहिल्यांदा. मला वाटल आता आपली भेट होत राहील पुढे कायम पण तुम्ही तर शेवटच भेटल्यासारख वाटतय.

अजिंक्य : असेल नशिबात तर होईलच कि भेट. त्यात काय. आणि माझा नंबर दिला आहे तुम्हाला.

ज्योती : मला ज्योती म्हणा ना.

अजिंक्य : का ?

ज्योती : तुम्ही खूप मोठे आहात आणि तुम्ही अस मला आहोजाहो करताय कस तरी वाटतय.

अजिंक्य : सवय आहे.

ज्योती : माझ्यासाठी तरी नको. ज्योतीच म्हणा मला.

अजिंक्य : बर ज्योती म्हणेन. तुही अजिंक्य म्हण मग मला.

ज्योती : मला तुमच नाव खूप आवडत.

अजिंक्य : हो का ?

ज्योती : हो. खूप आवडत.

अजिंक्य : बर मी निघतो.

अजिंक्य उठला.

ज्योती : अजून बसला तर खूप बर वाटेल परत आपण भेटू न भेटू काही माहित. प्लीज.

अजिंक्य पुन्हा जागेवर बसला. ज्योती त्याच्या बाजूला जराशी सरकली.

अजिंक्य : काय झाल ?

ज्योती : काही नाही.

ज्योती अजून बाजूला सरकली आणि अजिंक्याच्या शेजारी आली.

ज्योती : तुम्हाला कधी कुणावर प्रेम झालय ? तुम्हाला काय वाटत प्रेम म्हणजे काय हो ?

अजिंक्य : प्रेम म्हणजे सेक्स अशी कल्पना असते लोकांची. पण प्रेम म्हणजे सेक्स सोडून जे काही असत ते म्हणजे प्रेम. म्हणजे कुणासाठी केलेली भावनांची जपणूक. मनाची होत असलेली घालमेल. कुणाची तरी येणारी आठवण. कुणाच्या तरी स्पर्शाने अंगावर येणारा काटा. होणारी छातीची धडधड. आणि... आणि काय दुसर. प्रेम प्रेम असत. त्याची व्याख्या जो तो वेगवेगळी मांडणार.

ज्योती : मग प्रेम खोट करतात त्या लोकांच काय ?

अजिंक्य : कोण बोलल अस प्रेम खोट असत ? छे... प्रेम हे कायम खरच असत. हा नंतर कमी होणार आकर्षण, गैरसमज किंवा येणारी वेळ यामुळे पुढची व्यक्ती आपल्यापासून लांब जाते इतकच. पण म्हणून प्रेम खोट असत अस म्हणन चुकीच आहे.

ज्योती : किती मस्त बोलता तुम्ही.. अजून एक विचारू पर्सनल ?

अजिंक्य : हा बोल ?

ज्योती : शारिरीक जे असत ते पण प्रेमच असत ना ?

अजिंक्य : अर्थातच. मनातून केलेल्या प्रेमापेक्षा शारीरिक केलेलं प्रेम हे पवित्र असत. स्वच्छ असत. हा आजकाल विचित्र पद्धतीने केल जात सगळ. पण तेसुद्धा प्रेमच आहे.

ज्योती तिचा हात त्याच्या हातावर बोलता बोलता ठेवते.

अजिंक्य : मी निघतो. आता वेळ होतोय.

ज्योती : थांबा कि.

अजिंक्य : उद्या जायचंय मला प्रतीक्षा वाट बघतिय तिकडे.

ज्योती : प्रतीक्षा ?

अजिंक्य : हा माझी बायको.

ज्योती : लग्न झालंय तुमच ?

अजिंक्य : हा मुलगी पण आहे मला सारा नाव आहे तीच.

ज्योती अजिंक्यकडे बघत बसली.

39

तिसरं प्रेम !

अजिंक्य : काय झाल ? अस का बघतियस ?

ज्योती : काही नाही. हव ते मिळेलच अस काही नसत. हो ना ?

अजिंक्य : म्हणजे ?

ज्योती : काही नाही. आता परत आपली भेट ?

अजिंक्य : म्हणजे ?

ज्योती : होईल कि नाही ?

अजिंक्य : मे बी होईल.

ज्योती : मे बी नाही झाली तर ?

अजिंक्य : लग्न वैगरे झाल कि कोण कुणाला आठवत नसत बघ. आणि मी काय कोण तुझा नाहीये. आपली जस्ट पहिली भेट झालीय. आणि मी लिहिलेली सिरीयल तू रोज बघतेस. मला नाही. आणि तुझ्या बोलण्यावरून मला अस वाटतय तुझ्या मनात काहीतरी आहे.

ज्योती : काय आहे ?

अजिंक्य : मी सांगू नये तू विचारू नये. तुला हि माहित आहे आणि मलासुद्धा.

ज्योती : जाऊ दे. आता उपयोग काय ?

अजिंक्य : काहीच नाही. म्हणूनच म्हंटल मी निघतो.

ज्योति : खरच माणूस मोठा झाला कि खूप बदलतो अस म्हणतात. खऱ्य.

अजिंक्य : हे वाक्य कुणासाठी होत?

ज्योती : तू.

अजिंक्य : का मी काय केल? आणि आपण आज भेटतोय. न कधी मी तुला या आधी बघितलय ना मी तुला ओळखतो.

ज्योती : खरच नाही मला ओळखत?

अजिंक्य : नाही.

ज्योती : शाहू शाळेत होतास. पहिली ते चौथी. काळा-सावला. तब्येत एकदम बारीक.

अजिंक्य : तुला कस माहित?

ज्योती : आहे पुढे अजून. रेनोल्डचा पेन वापरायचा. छोट्या वहीवर मोठी मोठी चित्र काढायचास. तू ते बघ एक फुलदाणीच चित्र काढलेलं. ते वर्गात भिंतीवर लावलेलं बाईंनी.

अजिंक्य : हो त्या बावकर बाई. पण तुला कस माहित?

ज्योती : शेजारी बेलकर बसायचा. मागे शेलार. पुढे तू अजिंक्य भोसले. आणि बाजूला एक मुलगी बसायची.

अजिंक्य : हो. ती... ती..

ज्योती : ती उत्कर्षा.

अजिंक्य : हो. आहे माझ्या लक्षात ती.

ज्योती : खर?

अजिंक्य : हो. अर्धा वर्षच होती ती शाळेत तिसरीत. ती मुंबईहून इकडे आलेली. सातार्‍याला. तिच्या वडिलांची सारखी बदली होत. सहा महिन्यांनी त्यांची बदली पुन्हा मुंबईला झाली. ती निघून गेली. माझ लक्ष लागायचं नाही.

ज्योती : होका?

अजिंक्य : हो. तिला शाईचा पेन आवडायचा. तेव्हा तो पंधरा रुपयाला होता. ती चाळीस रुपयाचा आणायची. मी साधा रेनोल्डचा वापरायचो. एकदा तिच्या पेनाची शाई संपली. तिने मला पेन मागितला. माझ्याकडे एकच पेन होता. शेलारने तिला न मागता शाईचा स्वतःचा पेन दिला. ती खूप खुश झाली. मला तिला बघून खूप आनंद झाला आणि शेलारकडे बघून राग आला. मी मग आईकडे खूप हट्ट करून शाईचा पेन मिळवला.

तिने चाळीसचा नाही पण पंधरा रुपयाचा घेतला. पाच रुपयाची शाईची बाटली घेतली. दुसऱ्या दिवशी मी मुद्दाम शाईचा पेन वर वहीवर काढून ठेवला. साहजिकच मला हव तस झाल. तिने तो बघितला. आणि त्या नव्याकोऱ्या पेनाने पहिलं अक्षर तिने लिहील. ते अक्षर म्हणजे तीच नाव आणि खाली माझ नाव. परत मग तो पेन तिनेच स्वतःकडे ठेवला. आणि दुसऱ्या क्षणाला शेलारला त्याचा पेन तिने देऊन टाकला. मग आता मला शेलारवर हसू यायला लागल आणि तिच्याकडे बघून काहीतरी वेगळच वाटू लागल.

ज्योती : मग तो पेन कुठ..

अजिंक्य : (तिचे बोलने तोडत) तो पेन तिच्याकडेच होता. त्यातली शाई संपली मी भरून देणार होतो पण माझी शाईची बाटली सांडली घरी. माझ्याकडे पैसे नव्हते. आई मला पैसे देत नव्हती. मी मित्राला दोन रुपये दिलेले जेम्स खायला त्याच्या बदल्यात मी त्याच्याकडून शाईची निम्मी उरलेली बाटली घेतली. दुसऱ्या दिवशी ती शाळेत आली नाही आणि परत कधी आलीच नाही. तिने मला काहीच दिल नाही. मी हि त्या पेनाशिवाय काहीच दिल नाही. आम्ही खूप बोलायचो. तिला मी चित्र काढून द्यायचो गपचूप. बाईंच लक्ष नसताना, आणि ती ते चित्र स्वतः तिने काढल अस सांगून दाखवायची. पण ती गेली. मुंबईला मला न सांगता. मला ते बाईकडून कळाल. जाधव बाई आणि बावकर बाई बोलत होत्या कि वर्गातल्या पटावरून एक नाव कमी झालय. जाधव बाई विचारात होत्या कुणाच आणि बावकर बाई म्हणाल्या "उत्कर्षा".

अजिंक्य : मला तीच आडनाव आठवत नाहीये.

ज्योती : तुला गरज नाही आडनावाची तिच्या. ती समोर असताना.

अजिंक्य : काय ? म्हणजे ती उत्कर्षा ? तू...तू आहेस ?

ज्योती : हा तस समज. मला सांग बायको सोडून अजून कुणावर प्रेम केलयस ?

अजिंक्य : नाही.

ज्योती : आणि बायको सोडून अजून किती जणी तुझ्यावर प्रेम करतात ?

अजिंक्य : माहित नाही.

ज्योती : एक सांगू का आता ?

अजिंक्य : काय ?

ज्योती : मी.....

40

खोट प्रेम असत ?

अजिंक्यचा मोबाईल वाजतो. अजिंक्य खिशातून मोबाईल काढतो. कॉल उचलून मोबाईल कानाला लावतो.

दिग्दर्शक : हेल्लो सर, कामात आहात का ?

अजिंक्य : नाही जरा बाहेर आलेलो जेवायला.

दिग्दर्शक : एकट एकट का ? आणि सांगून जायचं ना ? आम्हाला वाटल शुटींग झाल कि सातारा गाठला.

अजिंक्य : नाही नाही. बोला की काय म्हणताय ?

दिग्दर्शक : काही नाही एक डायलॉग आहे तो जरा चेंज करायचा आहे.

अजिंक्य : का ? काय झाल ?

दिग्दर्शक : ते लहान मुलीला तो शब्द बोलता येईना.

अजिंक्य : बर पाच-च मिनिट थांबा आलो सेटवर.

दिग्दर्शक : हो. या लवकर. बाय.

अजिंक्य : बाय..

मोबाईल खिशात ठेवून अजिंक्य ज्योतीकडे बघतो. ज्योती खाली मान करून बघत बसलेली असते. अजिंक्य जागचा उठतो.

अजिंक्य : (सुस्कारा घेत) चल ज्योती मी निघतो. मला जायचंय लवकर.

ज्योती : हो. मी सोडू का ?

अजिंक्य : बर होईल. म्हणजे इथून परत कुठे जायचं माहित नाही. म्हणजे खूप आतल्या बाजूला आलो ना आपण तुझ्या घरी.

ज्योती उठून गाडीची चावी घेते. कुलूप आणि किल्ली घेते. अजिंक्य तिच्या मागे घराबाहेर पडतो. कुलूप लावून मग ज्योती गाडीवर बसते. आणि अजिंक्य तिच्या मागे बसतो.

दोघ शांतच असतात. एवढ्यात मधेच एक गाडीवाला आपली स्वतःची गाडी इंडीकेटर न दाखवता उजवीकडे जातो. त्यामुळे ज्योती कचकन ब्रेक दाबून पुन्हा तशीच पुढे जाते. या वेळात अजिंक्य जागचा जरासा पुढे सरकतो आणि ज्योतीच्या खांद्यावर हात ठेवतो. पुन्हा नीट मागे सरकून खांद्यावरचे हात काढतो.

ज्योती : चालतील. ठेवले तर.

अजिंक्य : पण मला ते नाही ना बरोबर वाटत.

ज्योती : बरोबर चूक काही नसत हो. वेळेनुसार वागायचं असत. नाहीतर हे जग एकसारखं वाटू लागेल तुम्हाला आणि लवकरच तुमच मन हि उडेल या जगावरून. लोकांवरून. तुमच्या खास लोकांवरून आणि बायको वरूनसुद्धा.

अजिंक्य : जगाच माहित नाही पण बायकोवरून तर नाही. माझ जग माझी बायको आहे.

ज्योती : ते दिसलच मला.

अजिंक्य : म्हणजे ?

ज्योती : इतकी मी बोलत होते. मगाशी चुकून जवळ आले. चुकून म्हणजे तुमच्यासाठी असेल ते चुकून पण मी तर मुद्दामहून आले. कितीदा डोळ्यात डोळे घालून बघितले. पण तुमचा तोल ढळला नाही. खूप प्रेम आहे तुमच प्रतीक्षावर.

अजिंक्य : हो. मला काहीच कळाल नाही किंवा समजत नाही अस नाही. तो तुझा गैरसमज आहे.

ज्योती : गैर तर तुमच वागण वाटल मला आणि ते साहजिकच आहे. आपली पहिली भेट होती ना. आणि समजल म्हणाल तर खूप काही समजल मला तुमच्या बद्दल अजिंक्य.

अजिंक्य : चांगल आहे. पण मनातले विचार काढून टाक. मी....मी आणि माझी प्रतीक्षा मुलगी सारा एकमेकांना बस आहोत. मला गरज नाही कुणाची. आणि माझ्यामुळे तुझ मन दुखावल जाव अस वाटत नाही. सो. आय होप, मी काय म्हणतोय ते तू समजून घेशील.

ज्योती : एक विचारू ?

अजिंक्य : हा. ते बघ समोर दिसतीय ना बिल्डींग तिकडे थांबव.

ज्योती : पहिलं जाऊदे पण खर प्रेम कोणत ? वयात येऊन झालेलं कि शाळेतल ?

अजिंक्य : शाळेतल आकर्षण असत ना ? वयात आल कि भावना जबाबदाऱ्या समजतात. या सगळ्यात हि ते एकमेकांबद्दलच आकर्षण टिकल तर ते प्रेम म्हणतो ना आपण.

ज्योती : बर. मग शाळेतल प्रेम आठवत इतक्या वर्षांनी आपल्याला, त्याच काय ?

आपल प्रेम असत त्याच व्यक्ती आपल्याला आठवतात ना वर्षानुवर्ष ?

अजिंक्य : तशा नकोशा व्यक्ती पण असतातच कि आपल्या लक्षात ?

ज्योती : विषय प्रेमाचा सुरु आहे अजिंक्य.

ज्योती गाडी बिल्डींगपाशी थांबवते. अजिंक्य उठतो. तिच्या समोर उभा राहतो.

अजिंक्य : म्हणन काय आहे तुझ ? लवकर सांग.

ज्योती : प्रतीक्षा तुमच प्रेम आहे म्हणता, मग उत्कर्षाच नाव निघाल्यावर डोळे का चमकले तुमचे ? आणि खरच प्रतीक्षावर प्रेम केलय तुम्ही तर, मग मला सांगा ती सोडून दुसऱ्या कोणत्याच मुलीला, बाईला तुम्ही स्पर्श नाही केलात ? खर सांगा ?

अजिंक्य : का ?

ज्योती : खर प्रेम करणारा, दुसऱ्या स्त्रीचा एकवेळ विचार करेल पण स्पर्शात प्रेम शोधणार नाही.

अजिंक्य : मी निघतो.

अजिंक्यचा मोबाईल वाजतो. दिग्दर्शकाचा कॉल आलेला असतो, तो उचलून आलोच म्हणून सांगतो.

ज्योती : प्रेम आहे म्हणन सोप्प आहे हो. पण ते एकावरच करण खूप कठीण. मला तुमच्याबद्दल काही जाणवल त्यात माझी चूक नाही. तुमच्या कथा वाचून मी तुमच्या प्रेमात पडले. कारण तुम्ही जे काही लिहायचा, अस वाटायचं मी स्वतः ते प्रत्यक्ष बघतेय. ती तुमची अजिंक्य प्रतीक्षाची कथा लिहिलेली ती खरी होती ?

अजिंक्य : नाही.

ज्योती : पण मला ती खरी वाटली. त्यातला अजिंक्य प्रतीक्षासोबत रोमांस करत होता. ते मी वाचताना त्या प्रतीक्षाच्या जागी मी स्वतःला बघत होते. फील करत होते. आणि नकळत का होईना मला तुम्ही आवडलात. यात माझा काय दोष ? दोष तुमचा आहे तुम्ही इतक चांगल लिहिता.

अजिंक्य : पण ती कथा आहे. ती हि काल्पनिक खरी नाही.

ज्योती : प्रेम पण कल्पनाच आहे एक.

अजिंक्य : मी निघतो.

ज्योती अजिंक्यच्या हाताला धरते. आणि त्याचा हात धरून स्वतःच्या गालावरून फिरवते. अजिंक्य ज्योतीकडे बघतो. ज्योती डोळे मिटते. अजिंक्य आजूबाजूला बघतो. आणि निघून जातो. ज्योतीला वाटत अजिंक्य तिला कीस करेल. पण तस होत नाही. ती डोळे उघडते आणि अजिंक्य तिथ नसतो. तिच्या डोळ्यात पाणी येत.

41

तथ्य काय ?

अजिंक्यच शुटींग झाल. ज्योती घरी न जाता एका बागेत जाऊन बसली. अजिंक्य एकेठिकाणी सिगरेट ओढत असताना त्याला विचार यायला लागले कि, सातार्‍याला जायचं का पुण्याला ? प्रतीक्षा जवळ तर काय असणारच आहे मी पण अंजलीला सुद्धा म्हणजे तिच्या बाळाला खर्‍या बापाची पण गरज आहे. हा लोकांना जरी खर काही माहित नसल तरी त्या आईला माहित असतच कि खरा बाप कोण आणि शेवटी ते बाळ न-कळतं असल तरी समज हि असणारच त्याला. आणि ती माझी हि जबाबदारी आहे. आता केलच आहे पाप. म्हणजे तिला बाळ देऊन पुण्य केल मी पण जगासाठी, प्रतीक्षासाठी पापच आहे ते. जे काही असो पण त्याला निस्तराव लागणार तर आहेच.

मग संपत आलेली सिगरेट खाली टाकून बुटाने विझवून त्याने पैसे दिले. अजिंक्य आता पुण्याला निघाला. मनात बरेच प्रश्न होते त्याच्या. पण सर्वात महत्वाचा विचार हा होता कि, प्रतीक्षाला हे अंजलीच सांगायचं कस ? आणि ती समजून घेईल का ? आणि नाही घेतल समजून तर पुढे काय ? अंजलीला अंजलीच सगळ मिळेल, नवरा-मुल पण माझ मुल, माझी सारा, प्रतीक्षा माझ्यापासून लांब होतील त्याच काय ? त्यापेक्षा सांगायलाच नको तिला. ठरल तर मग. अंजलीला पण बाळाची शप्पथ घालतो आणि सांगतो कुणाला सांगू नको कि हे बाळ माझ आहे. यस.. असच करायला हव नाही तर इतके वर्ष जिच्यासाठी

मी वाया घालवली एकटेपणा सोसला अश्या प्रतीक्षाला आणि तिच्या मिळणाऱ्या प्रेमाला मी आयुष्यभरासाठी मुकेन.

अजिंक्य झोपला. त्याची झोप मोड झाली तेव्हा त्याला स्वारगेट दिसल. तो तिथे उतरून स्पेशल रिक्षाने अंजलीच्या घरी गेला. रिक्षाला पैसे दिले. अंजलीच्या घरापाशी तो गेला आणि दाराला कुलूप होत. अजिंक्यला समजेना आता काय कराव. इतक्या लांब आलो तर खर पण तिला कॉल करून सांगायचं राहूनच गेल कि, मी पुण्यात येतोय तुला भेटायला. विचारांच्या नादात मी झोपून गेलो. आणि कॉल करायचा राहून गेला. आता काय करू ? त्याने खिशातून मोबाईल काढला आणि अंजलीला कॉल लावला. रिंग वाजली पण तिने कॉल उचलला नाही.

दोन वेळा पुन्हा प्रयत्न केला पण तिने उचलला नाही. आता करायचं काय म्हणून अजिंक्य तिच्याच दारात पायरीवर बसला. येणारी जाणारी लोक त्याला बघत होते. हा मात्र मान खाली घालून बसलेला. एक बाई तिथे आली. जराशी वयस्कर होती.

वयस्कर बाई : कुणाकडे आलाय ?

अजिंक्य : अंजलीकडे.

वयस्कर बाई : हो का ती बाहेर गेलीय. येईल. बसा तो वर... इथच.

अजिंक्य : हो.

ती बाई निघून गेली. किमान दोन तास व्हायला आले. तरी अंजलीचा कुठे पत्ता नाही. एव्हाना साताऱ्यात पोचलो तरी असतो अस अजिंक्यला वाटत होत. खिशातला मोबाईल काढला तर तो पण स्वीच ऑफ झालेला. मग पुन्हा तो खिशात ठेवून रुमाल काढला आणि तोंडावरून फिरवला आणि समोर अंजली.

जागचा गडबडत अजिंक्य उठला.

अंजली : तू ?

अजिंक्य : अग होतीस कुठ तू ? किती वेळ वाट बघायची ?

अंजली : किती वेळ वाट बघितलीस ?

अजिंक्य : दोन तास होत आले आता. आल्यापासून इथच बसून आहे.

अंजली : मी बाहेर गेलेली.

अजिंक्य : हो. मी कॉल केलेला एकदा उचलायचा तरी.

अंजली : परत करायचा न मग ?

अजिंक्य खिशातला मोबाईल काढून दाखवत,

अजिंक्य : स्वीच ऑफ झालाय. कसा करू ?

अंजली कुलूप उघडून आत येते. त्याला पण बोलावते. अजिंक्य बेडवर बसतो. ती दोघांना दोन ग्लास भरून पाणी आणते. दोघ पाणी पितात.

अंजली : आज कसा काय आलास इकड ?

अजिंक्य : मुंबईतल काम झाल. सिरीयल सोबतचा करार संपला. म्हंटल घरी जाण्यापेक्षा तुला भेटून मग जाव. कशी आहेस ?

अंजली : तेच बघायला गेलेले बाहेर.

अजिंक्य : म्हणजे ?

अंजली : दवाखान्यात गेलेले चेकअपला.

अजिंक्य : काय बोलले डॉक्टर ?

अंजली : एकदम सगळ ओके आहे. बाळ छान होईल बोलले अशीच काळजी घेतलीस तर.

अजिंक्य : वाह. चांगल आहे कि. अशीच रहा आणि नवरा कुठय ?

अंजली : केरळला गेलेत.

अजिंक्य : कशाला ?

अंजली : ट्रीपला गेलेत.

अजिंक्य : तुला अस सोडून ?

अंजली : नाही मी कुणाला वाटत जवळची. सगळे असेच नशिबाला आलेत माझ्या. काही काळ सोबत रहायचं आणि नंतर एकट करायचं. हा तर नवरा आहे स्वतःच्या मर्जीचा मालक. काय बोलणार मग.

ती रडायला लागते. अजिंक्य तिला जवळ घेतो. तीही त्याला बिलगून रडते. रडता रडता अंजली त्याला जवळ घट्ट ओढत स्वतःवर घेते आणि त्याच्या गळ्याला कीस करू लागते. अजिंक्य ही त्या स्पर्शाने काहीसा तिच्याकडे आकर्षित होतो. तो हि मग तिच्या डोक्याखालची उशी बाजूला करून स्वतःचा उजवा हात तिच्या डोक्याखाली धरून डाव्या हाताने तिच्या गळयापासून छातीपर्यंत हात आणतो. तिला कसस

होत. ती त्याचा हात छातीच्या जरासा वरच अडवून धरते. अजिंक्य त्याच वेळात आपले ओठ तिच्या ओठांवर टेकवणार तोच त्याला आठवत ज्योतीच बोलन. ती म्हणत होती त्यात तथ्य होत.

प्रतीक्षावर माझ प्रेम आहे. तीच माझ्यावर प्रेम आहे. तरीही मी हिच्याकडे आकर्षित होतोय. तिच्या शरीरावर नुसता स्पर्श नाहीतर माझ बाळ तिच्या पोटात वाढतय. काय चालल आहे माझ ? हे फक्त चूकच आहे अस त्याला वाटल. तो भानावर आला आणि बघितल तर अंजली त्याला एकटक बघत होती. अजिंक्यने सावरत घेतल. तो तिच्यापासून दूर झाला. अंजलीहि सावरून घेते. अजिंक्य तिला चाळीस हजाराचा चेक देतो आणि निघतो काहीच न बोलता. अंजलीला पण काही सुचत नाही कि काय बोलाव काय कराव ? ती फक्त दाराशी जाऊन अजिंक्यकडे डोळ्यात पाणी आणून बघते.

अजिंक्य : परत भेटायला येईन. खास वेळ काढून. तू तुझी काळजी घे. आत्ता थांबलो असतो पण, पुन्हा चुका घडतील. तू माझी बायको नाही किंवा प्रेम हि नाहीस. हीच वेळ आहे मला सुधारायच आहे. आणि हो, माझ्यासाठी एक करशील ?

अंजली : काय ?

अजिंक्य : तुला आपल्या बाळाची शप्पथ, हे बाळ माझ आहे कुणालाच सांगू नको. त्या बाळाला पण नको.

अजिंक्य पुढे बघून गेला. अंजलीने दार लाऊन घेतल आणि दाराला टेकूनच खाली बसली आणि रडायला लागली.

42

पश्चाताप !

कुठवर अस चालायचं ? कुणाचा तरी होण्यापेक्षा एकीचाच मी बरा. मी या आयुष्यात सगळ्यात जास्त प्रेम केल आईवर आणि मग प्रतीक्षावर. पुन्हा ? कुणीच नाही. एका आयुष्यात एकदाच प्रेम होत आपल्याला. माझी केपेसीटी संपली. आणि याच दोघी नाहीत. जो जो माझ्या आयुष्यात माझ्या जवळ आला-आली प्रत्येकाला मी मन लावल. प्रेम केल. या सगळ्यात कितीदा मी वहावत गेलो. प्रत्येकाला वेळ दिला. मला गरज असताना कुणी वेळ दिला नाही. मला गरज असताना कुणी मदत सोडा पण साधा आधार दिला नाही. आई नंतर माझ्या आयुष्यात पहिल्यांदा आली प्रतीक्षा. शाळेत असताना मला ती खूप आवडायची. पण तिला मी नाही. मी झुरत होतो आतल्या-आत तिच्यासाठी. तिच्यासाठी वाट बघत दहा वर्ष काढले मी. शाळेतल्या वयाचा आता तरूण झालो होतो. मग तिचा विचार सोडला. तेव्हा माझ्या आयुष्यात प्रियांका आली. तिने मला प्रेम दिल. माझ्यावर प्रेम केल. पण मैत्रीतल. जेव्हा तिला मी माझ्या मनातल प्रेम तिला सांगायला गेलो तिने तिच्या मनातल सांगितल. आता काय सांगितल ते समजल असेलच.

ज्या अर्थी माझी बायको आत्ता प्रतीक्षा आहे त्याअर्थी प्रियांका माझी झाली नाही. तीच दुसऱ्या एकावर प्रेम होत. मग काय मी तिचा विचार सोडला आणि तिने मला सोडल. तिने पळून जाऊन लग्न केल एकाशी. मी आतून तुटलो. खूप काही फेस केल मी आणि तेव्हा माझ्या आयुष्यात

प्रतीक्षा आली. तिने माझ्यावर प्रेम केल. आम्ही एकत्र वेळ घालवून मी कधी तिच्यावर फिदा झालो समजल नाही. तिच सगळच चांगल होत. सौंदर्य. स्वभाव. मन. पण तिचा बालिशपणा मला आवडत नव्हता. तिच्या त्या स्वभावाचा फायदा घेत किती मित्र तिला प्रपोज करायचे. ती मला सांगायची सुद्धा. पण एकदा तिने कुणाला तरी होकार दिला. ते पण आमच नात असताना. एका कॅडबरीच्या बदल्यात. त्यावर आमच भांडण झाल. तिने माझ्याशी बोलन बंद केल. मीही रागात बरेच दिवस घालवले. जेव्हा राग निवळला. ती दिसायची बंद झाली. मी खूप शोधलं तिला ती मिळाली नाही. याच काळात कॉलेजमध्ये अंजली माझ्या आयुष्यात आली. मैत्रीण बनून. तिने मला त्या दुःखातून बाहेर काढल. त्या मैत्रीच्या नावाखाली आणि मैत्रीतल्या प्रेमामध्ये कधी आमच्यात ते सगळ काही झाल आम्हाला समजल नाही. तिने मला प्रपोज केल. मी नकार दिला. मी प्रतीक्षाची वाट बघत बसलो. पण ती मिळाली नाही. त्याच काळात अंजलीच तिच्या मनाविरुद्ध लग्न लाऊन दिल गेल. ते हि तिच्या वयापेक्षा जास्त वयाच्या मुलासोबत. सगळ आयुष्य तीच बरबाद केल घरातल्यांनी तिच्या. प्रतिक्षापेक्षा पण सुंदर होती अंजली. पण उपयोग काय. ती सोडून गेली मला लांब माझ्यापासून पुण्याला. मी साताऱ्यातच राहिलो. मग पुन्हा अंजली आणि प्रतीक्षाच्या विरहात मला एकदा भर पावसात प्रतीक्षा मिळाली तेव्हा तिच्या मुलीसोबत म्हणजे माझ्या सारासोबत दिसली. तिने लग्न कधी केल ? कुठ केल ? कुणासोबत केल ? काही काही मला माहित नव्हत. तिला बघून सगळे दिवस आठवले मला. पण उपयोग काय. ती निघून गेली तेव्हा. जास्त काही न बोलता. परत आमची भेट झाली. मग भेटीवर भेट आणि त्यात होणार प्रेम आमच्यातल प्रेम जागवत होत पुन्हा नव्याने. नशिबान मला साथ द्यायचं ठरवल. आणि तिचा नवरा अमित आणि त्याची आई अपघातात मेले. आणि प्रतीक्षा माझ्याकडे कायमची आली. आम्ही एकत्र झालो. सारा आहे आता अजून एक बाळ होईल आमच. त्यात मध्ये अंजलीला माझ मुल होणार आहे. प्रियांका कुठ आहे माहित नाही. पण आठवणीत आहे माझ्या. आणि हो उत्कर्षा राहिलीच. आणि आता ज्योती. प्रेमावर प्रेम करत राहिलो मी. पण आता भीती वाटते या

सगळ्यांच्या प्रेमात मी माझी सगळी प्रेम गमावून बसलो तर ? मी पुन्हा एकटा झालो तर ?

माझ्या या प्रेमाचा. प्रत्येकीला दिलेल्या वेळेचा. केलेल्या मदतीचा शेवट असा होणार असेल तर अजिंक्य म्हणून मी काय केल आणि काय जगलो ?

न कधी एकीवर प्रेम करू शकलो. न आता प्रतीक्षा सोबत असून तिच्यावर खर प्रेम करू शकलो. कुठे ना कुठे त्या सगळ्यांचा आत्मा मला लागतच असेल. त्यांना हि माझी आठवण येतच असेल. पण मग पुढे काय ? फसवणूक मी कुणाची केली नाही. जमेल तितक जपण्याचा प्रयत्न केला मी सगळ्यांना. पण उघडा पडलो कधी तर मी फसवाच वाटणार सगळ्यांना. पण तस नाहीये. मी कितीही प्रेम केल तरी प्रत्येकीवर माझ तितकच आणि एकसारख खर प्रेम होत. पण कळेल का त्यातल्या एकीला तरी ?

या सगळ्यात मीही चुकलो कधी, पण स्वतःहून नाही. परिस्थितीने मला तसा वागवून घेतल. आता ? पुढे काय ? अनुत्तरीत आहे मी. प्रश्नांचा भडीमार हा कायम माझी सोबत बनून राहणार माझ्या. न कुणाशी हे सगळ बोलू शकतो ना हे सगळ माझ्या मनात ठेवू शकतो.

एवढच कि आता मी कुणावर प्रेम नाही करू शकत. मीच माझ्या नजरेत पडायला लागलो आहे. खर तर हे चूक आहे. पण दोषी कुणीतरी व्हायलाच हव. आणि उत्कर्षा, प्रतीक्षा, अंजली, प्रियांका,आताची ज्योती. यांच्या या प्रेमाच्या बदल्यात मी दोषी झालेलंच बर. निदान देवाच्या पुढे कुठेतरी माझ हे प्रेम खर असेल तर मी या दोषातून वर मुक्त होईन.

मोबाईल वाजला. विचारातला अजिंक्य भानावर आला. आता गाड्यांचा जोरात आवाज यायला लागला. हॉर्न वाजत होते. बस मधल एक बाळ जोरजोरात रडत होत. माणसांचे आवाज येत होते. कुणीतरी मोबाईलवर गाणी लावलेली. अजिंक्य इकडे तिकडे बघतो. तो बसमध्ये असतो. अजिंक्य सातार्‍यात आलेला असतो. बस थांबली. सगळे उतरायला लागले. अजिंक्य हि उतरला. रिक्षा केली आणि घरी आला. दारात लावलेल्या बुलेटच्या पेट्रोल टाकीवरून प्रेमाने अलगद हात फिरवून तो दारात उभा राहिला. मग त्याने बेल वाजवली. दार उघडल

प्रतीक्षाने आणि ती हसली. लगेचच तिने अजिंक्यला मिठीत घेतल. पण अजिंक्यचे हात तिला मिठीत घ्यायला उचलले जात नव्हते. तरी मनाची तयारी करून त्याने तिला जवळ घेतल आणि डोळे मिटले. आणि डोळ्यांसमोरून त्याच्या उत्कर्षा, प्रियांका, ज्योती, अंजलीचे चेहरे येऊन गेले. मिठी सुटली. प्रतीक्षा अजिंक्यकडे बघत असते. अजिंक्य तिच्याकडे बघतो आणि प्रतीक्षा दाराला कडी लावते. प्रतीक्षा अजिंक्यचा हातात हात पकडते आणि आपल्या ओठांनी अजिंक्यचे ओठ आपल्या ओठात पकडते. आणि डोळे मिटते. मगाशी मारलेल्या शरीराच्या मिठीपेक्षा हि ओठांची मिठी जास्त घट्ट वाटत होती आत्ता.....

43
संशय !

आज व्हॅलेंटाइन डे. हे डे-दिवस लग्नाआधी गुलाबी-गुलाबी वाटतात आणि लग्नानंतर गुलाबीचे तपकिरी कधी होतात समजतच नाही. अजिंक्य बेडवर झोपलेला आहे. प्रतीक्षा तिच स्वतःच आवरत आहे. अजिंक्यच्या हातावर डोकं ठेवून आणि त्याच्या छातीशी गुडघे रोवून सारा झोपलीय. घरात शांतता आहे. आणि मोबाईल व्हाइब्रेट झाला. अजिंक्यच्या बरोबर कानाखालीच मोबाईल होता. कानाला कसंतरी झालं. रात्री ठेवलेला उशाखालून मोबाईल वर कधी कानाखाली आला कुणास ठाऊक. त्याने मोबाईल कानाखालून काढून हातात पकडला आणि बारीक डोळे करून बघितलं काय आलय ते. नाव होत "प्रियांका". अजिंक्यने मोबाईलची स्क्रीन बंद केली आणि आपले डोळे पण मिटले. साराच्या गालावर ओठ टेकवून तिला जवळ घेतलं. आणि पटकन त्याने डोळे उघडले. मोबाईल पुन्हा हातात घेतला आणि प्रियांकाचा मेसेज वाचला तो हि झोपेत. झोपेत होता तो आता मगाशी पण आता नाही. आता त्याची झोप मोडली. उडाली. तो मांडी घालूनच बसला बेडवर. तो मेसेज वाचयला लागला.

" अजिंक्य , आपलं प्रेम होत एकमेकांवर अव्यक्त. व्यक्त झालेलं पण कायमस्वरूपी अस नाही. तू गुंतलास प्रतिक्षात आणि मीही दुसऱ्यात. पण तरीही कधी कधी तुझी आठवण येते मला. त्यात आज व्हॅलेंटाइन डे. तू मला एका दुकानात घेऊन गेला होता व्हॅलेंटाइनला आणि चिनी

लव्ह डॉल्स मला घेऊन दिल्यास आपल्या प्रेमाच प्रतीक म्हणून. तुझं माझं प्रेम किती टिकेल अस विचारल होत मी तुला. तू म्हणालास , जोवर तुला माझ्यावर खर प्रेम होत नाही. मला तुझ्यावर प्रेम व्हायला सुरुवात झालेली आणि तुझ्या आयुष्यात विभावरी आणि अंजली दोघी आल्या. विभावरी सोबतच तुझं मला काहीच माहित नाही पण अंजलीने तुमच्या मधलं सगळं मला सांगितलं. परवा अंजली भेटली मला. तू तिच्यावर अजून प्रेम करतोस. तिला प्रेम देतोयस. मग प्रतिक्षाच काय ? अंजली, विभावरी, मी, प्रतीक्षा किती जणींसोबत तू अस प्रेम केलंस आणि करतोस ? आणि मला सांग का करतोस ? आणि अजून एक सांग मला अजिंक्य, तू माझ्यावर अजूनहि प्रेम करतोस ??"

मेसेज संपला. मेसेजला उत्तर काय पाठवाव अजिंक्यला काहीच कळत नव्हतं. त्याने मोकळाच मेसेज पाठवला. परत तिचा मेसेज आला, "सांग ना"... अजिंक्यने पाठवल "माहित नाही".... अजिंक्य साराच्या अंगावर पांघरून टाकत असतो. पुन्हा प्रियांकाचा मेसेज येतो. "तीस जूनच्या दिवशी संध्याकाळी साडेनऊ वाजता तुझ्या पहिल्या घराच्या टेरेसवर ढगातून अर्धवट दिसणाऱ्या चंद्राकडे बघत मी तुला जवळ घेतलं माझ्यावर. तू आणि मी होतो फक्त तिथं प्रेम मात्र नव्हतं. माझं तरी. पण तुझं जाणवत होत. त्या रात्री झालेल्या आपल्यातल्या त्या गोष्टीने नंतर मला हि तुझ्याबद्दल माझ्या मनात प्रेम जाणवायला लागलं."

अजिंक्यने मेसेज वाचून लगेच मेसेज लिहायला सुरुवात केली, " मी नीट आहे. मला प्रतीक्षा मिळाली आहे. आमचं लग्न झालंय आणि आता भूतकाळ उगाळून काय निष्पन्न होणारे त्यातून ? तू कुठे आहेस सध्या मला माहित नाही पण मी आहे तिथे आहे. राहिला विषय विभावरीचा तो विषय केव्हाच संपला. आणि अंजली......त्याबद्दल बोलायला नको. प्रतीक्षा आणि मी सुखात आहे . मला काय बोलायचंय तुला कळत असेल. हॅप्पी व्हॅलेंटाइन डे प्रियंका". मेसेज पाठवला गेला तिकडे आणि इकडे प्रतीक्षा आत आली. पूर्ण ओली केस एकबाजूला करून टॉवेलने पुसत ती उभी राहिलेली. अजिंक्य उठून तिच्या जवळ गेला. दोघ एकमेकांना एकटक बघतायत. दोघांच्या डोळ्यांपुढे अंधार यायला लागला. दोघांचे डोळे मिटलेले आणि ओठ हि एकमेकांत मिटले गेले.

अजिंक्य तिच्या त्या ओल्या केसांत हात फिरवत तिच्या केसांचा वास घेतो आणि आत आवरायला बाथरूम मध्ये जातो.

इकडे मोबाईलवर मेसेज आला. "अजिंक्य.... अय लव्ह यु". प्रतीक्षाने तो मेसेज वाचला. परत एक मेसेज आला. "मी तुझ्या या उत्तराची वाट बघतीय." प्रतिक्षने एकदा मागे वळून बघितलं अजिंक्य नव्हता तिने ते दोन्ही मेसेज डिलिट केले. आणि मोबाईल बंद करून पुन्हा बेडवर ठेवला. साराला झोपेतून उठवलं. साराला हातात छोटासा ब्रश आणि लाल पेस्ट लावून दिली. प्रतीक्षा पोहे बनवत होती. अजिंक्यच आवरून झालं. तो पोह्यांच्या वासाने किचनमध्ये जाऊन पोचला. खुर्चीवर बसून तो पाठमोऱ्या प्रतिक्षाला बघत होता. प्रतीक्षा पोह्यांची डिश घेऊन आली. अजिंक्यपुढे टेबलावर ती डिश ठेवत असताना प्रतिक्षाने त्याच्याकडे बघितलं नाही. अजिंक्यला ते जाणवलं पण भूक लागली म्हणून त्याने एक घास चमच्याने उचलून तोंडात ठेवला.

प्रतीक्षा : प्रेम कुणावर आहे तुझं माझ्यावर का प्रियांकावर ?

44

विश्वास !

अजिंक्य प्रतिक्षाकडेच बघत असतो आणि प्रतीक्षा आता मागे वळून त्याच्यासमोर येऊन बसते.

प्रतीक्षा : तुला मी हवी होते. मिळाले. आणि आता माझ्या पोटात बाळ वाढतय आपलं. प्रेम आहे ते आपल्या दोघांचं. आणि मला वाटत तू देत असलेल्या प्रेमात मला दुसऱ्या कुणाचाच हिस्सा नकोय. प्रियांकाच नाव मी या आधी पण तुझ्या चॉकलेटी रंगाच्या डायरीतल्या कवितेत वाचलं होत. पण मी विसरून गेले. कारण त्यातल्या एक हजार सातशे तीस कविता माझ्यासाठी लिहिलेल्या होत्या. आणि एकच फक्त तिच्यानावे. कवितेपुरती चालेल मला ती पण खऱ्या आयुष्यात नको. अजिंक्य..... मी खुप प्रेम करते तुझ्यावर. आणि मला हि तुझं तितकंच नाही त्याहून जास्त तुझं प्रेम हवंय. मी जगतीय ते तुझ्यामुळ. तू मला आधार दिलास प्रेम दिलंस रहायला घर आणि हक्काच नात बनवलस. आता या सगळ्यात तू मला एकट वाटेल अस वागू नकोस. सहन नाही होणार मला. आणि ते आत्ताच्या या नऊ महिन्यात चांगलं नाही माझ्यासाठी तुझ्यासाठी आणि आपल्या बाळासाठी पण.....

अजिंक्य : तू सोडून गेलीस तेव्हा तिने मला साथ दिली. तेव्हा लिहिलेली ती कविता होती.

प्रतीक्षा : झालं तीच लग्न. तुझं सुद्धा. मग ते प्रेम आता आठवण्यामागच कारण काय आहे.

अजिंक्य : मी तिचा झालो आहे.

प्रतीक्षा : ती आठवण झाली. शारीरिक प्रेम करेपर्यंतच प्रेम असत नंतर फक्त आठवण बनून राहत. आणि आठवण काढायची असते त्यात रमायच असत. त्या आठवणीला अस पुन्हा जिवंत करायचं नसत ना.

अजिंक्य : तिचं माझ्यावर प्रेम आहे. माझं तुझ्यावर आहे.

प्रतीक्षा : अजिंक्य , भूतकाळ जेव्हा वर्तमानात डोकावतो तेव्हा वर्तमान तर बिथरतोच आपला पण भविष्यकाळाची हि वाट लाऊन जातो. मला वाटत तू तिच्याशी बोलू नकोस.

अजिंक्य : पण तस काही नाहीये.

प्रतीक्षा : तुझ्यासाठी मी सगळं काही आहे. आणि सगळं काही म्हंटल कि त्यात या अशा प्रियंका वैगरे कोण येत नाही. मी म्हणजे मी फक्त. तिच्यासारखं तिच्या वाटयाचं प्रेम काळजी मी देईन घेईन तुझी.

अजिंक्य : तुझा माझ्यावर विश्वास आहे ?

प्रतीक्षा : खूप आहे. आणि या विश्वासला तडा जाईल अस तू वागू नयेस इतकंच मला वाटत. अजिंक्य, मान्य आहे मी तुला गरज असताना चुकले तुझ्यावरच प्रेम मी दुसऱ्या कुणाला देत बसले. पण तू हा विचार कर, तेव्हा तुझ्या आजूबाजूला सगळे होते. ती स्थिती आणि आपली परिस्थिती अशी वेगळी होती. पण आत्ता अस नाहीये. आत्ता आपण नवरा बायको आहे. कॉलेज मधले दोन प्रेमी युगुल नाही. तेव्हा सुटलेली आपली साथ आपल्याला वाटलं आता नाही काहीच होणार. पण आत्ता......? आत्ता आपण लग्न केलय हि साथ आपली अशीच कायम राहणार आहे. आणि कुणाच्या आयुष्यात कुणी येण्याने आपली हि साथ कुठे ढिली पडायला नको.

अजिंक्य : मी फक्त तुझ्यावर प्रेम करतो. पण...

प्रतीक्षा : पण च्या पुढे मला काहीच ऐकायचं नाही. तू माझ्यावर प्रेम करतोस इतकंच बस मला. तुझ्यावर प्रेम करणारे खूप असतील माहित आहे मला. अजिंक्य मी जी जगतीय. हासतीय. तुझ्यामुळे. अमित माझ्या लक्षात आहे पण तो आता आठवत पण नाही जास्त. इतकं तू मला तुझं प्रेम दिलयस इतकं मला तू जपलंयस. आणि हि तुझी अशीच साथ मला कायम हवीय रे.

अजिंक्य : हे बघ प्रतीक्षा मी जो आहे तो तुझ्यामुळे आहे. तुझ्यासाठी आहे. प्रतीक्षा म्हंटल कि अजिंक्य आलाच. प्रतीक्षा शिवाय अजिंक्य..... या जन्मात तरी शक्य नाही.

प्रतीक्षा अजिंक्यचा टेबलावर असलेला डावा हात आपल्या उजव्या हातात पकडून त्याच्याकडे बघते.

प्रतीक्षा : आय लव्ह यु अजिंक्य....

अजिंक्य : माझं शेवटचं प्रेम तू आहेस प्रतीक्षा . पुन्हा होणार नाही आता कुणावर. मी आवरतो जरा बाहेर जायचय.

अजिंक्य उठून आतल्या खोलीत गेला. इकडे सारा प्रतिक्षाकडे आली. प्रतीक्षा पोह्यांच्या अर्धवट डीश उचलून कट्ट्यावर ठेवते. आणि सारासाठी गरम पाणी काढते. अजिंक्य शर्ट बदलून भांग पाडत असताना मोबाईल वाजला. त्याने मोबाईल हातात घेतला आणि त्यावर त्याला मेसेज दिसला. तो मेसेज होता अंजलीचा...

45

भूतकाळ जेव्हा काळ बनतो !

"आज व्हॅलेंटाइन डे. माझा व्हॅलेंटाइन तू आहेस अजिंक्य. तूला गरज असताना मी फार काही देऊ शकले नाही पण तू मात्र मला आयुष्यभरासाठीच सुख दिलंस. आज तुला बघायची इच्छा आहे खूप. काही नको बस एकदा तुझ्या मिठीत शांत व्हायचं आहे. तुला जमणार नाही पुण्याला यायला मला माहित आहे. पण तरी आपली भेट व्हावी इतकीच इच्छा. हॅप्पी व्हॅलेंटाइन डे अजिंक्य. लव्ह यु... खूप खूप सार."

अंजलीचा हा मेसेज वाचून अजिंक्यला पुन्हा तोच मगाशी पडला तो प्रश्न पडला उत्तर काय द्यावं ? त्याने "सेम टू यु" असा मेसेज पाठवला. आणि मोबाईल खिशात ठेवून तो बाहेरच्या खोलीत आला. प्रतिक्षाला जातो म्हणाला आणि सारा त्याच्या मागे आली. मला पण यायचंय बाहेर म्हणून हट्ट केला. प्रतिक्षाने तिला गोड बोलून जवळ घेतलं पण ती ऐकेना मग अजिंक्य तिला घेऊन बाहेर आला. अजिंक्यने बुलेट सुरु केली. आपल्या पुढ्यात साराला बसवलं. आणि तो निघून गेला. प्रतिक्षाने दार लावल. प्रतीक्षा आता घरात एकटी होती. एरवी सुद्धा असायची. म्हणजे अगदी एकेक आठवडा पण ती एकटी असायची जेव्हा अजिंक्य मुंबईला शूटिंगमध्ये असायचा. पण आज तिला ते घर ती शांतता तो एकटपणा खात होता. तिला फिरून फिरून प्रियांकाचा विचार

येत होता. जरी अजिंक्यच आपल्यावरच प्रेम असलं तरी शेवटी त्याला तीच आकर्षण वाटलं आणि त्याने त्या नादात आपल्यावरच सारावरच प्रेम कमी केलं तर ? बायको म्हणून मी कुठेतरी कमी पडले असच सिद्ध होईल. अजिंक्य माझ्या आयुष्यातून गेला तर मग माझं कोण राहील ? प्रतिक्षाला काहीच कळत नव्हतं. एवढंच कळत होत. कि प्रियांकापासून अजिंक्यला लांब ठेवायचं. बस....

तिने पटकन उठून आत जाऊन अजिंक्यची ती चॉकलेटी डायरी घेतली आणि त्यात काहीतरी शोधायला लागली. आणि त्यात तिला प्रियांकाचा नंबर सापडला. तिने तो नंबर घेऊन कॉल लावला. 'तुम्ही लावलेला क्रमांक पुन्हा नीट तपासून बघा' पुढून आवाज आला. अर्थातच तो जुना नंबर होता. प्रतीक्षा पुन्हा डायरी ठेवून बाहेर येऊन सोफ्यावर बसली. तिला तहान लागली पण या विचारांनी तिला उठून आत जाऊन पाणी प्यावं हे सुद्धा सुचेना. ती तशीच बसली. पोटाला हात लावून आणि तेवढ्यात दार वाजलं. इकडे अजिंक्य आणि सारा एका आईस्क्रीम पार्लरमध्ये आईस्क्रीम खात बसले. साराला आईस्क्रीमच चित्र दिसलं तिने गाडी थांबवायला सांगितली. अजिंक्यने बुलेट थांबवली. साराला आईस्क्रीम भरवताना त्याला कॉल आला. त्याने मोबाईल खिशातून काढला. पण कॉल कट झाला त्याच्याकडूनच. खिशाचा किनारा स्क्रीनवर टच झाला म्हणून कॉल कट झाला.सारा त्याला तेवढ्यात पुढचा घास मागते म्हणून अजिंक्य तसाच मोबाईल खिशात ठेवता आणि तिला घास भरवतो. तेवढ्यात एक माणूस येतो आणि अजिंक्य समोर खुर्चीवर बसतो. अजिंक्य साराला मांडीवर बसवतो. अजिंक्य आणि तो माणूस दोघ एका फिल्मबद्दल बोलत बसले. कॉल आला. पण त्याने उचलला नाही.

इकडे प्रतीक्षा जाऊन दार उघडते. दारात अंजली. प्रतीक्षा तिला बघून काय बोलावं या विचारात तशीच उभी होती.

अंजली : आत येऊ ?

प्रतीक्षा : ये ना. तू इकडे कशी ?

अंजली : इकडे साताऱ्याला आले होते म्हंटल अजिंक्यला भेटून जावं.

प्रतीक्षा : बस. काय घेणार चहा कॉफी का जेवणार ?

अंजली : थोडं पाणी दे.

प्रतीक्षा जाऊन पाणी आणते आणि तिला देते. पाणी पिऊन मोकळा ग्लास अंजली शेजारी टेबलावर ठेवते आणि सहज अस नवीन घरात आल्यावर माणूस जस इकडं तिकडं बघत राहतो वर खाली तस बघत बसते. तिची ती नजर तोडत प्रतीक्षा बोलायला लागते.

प्रतीक्षा : नवरा कसा आहे.

अंजली : ठीक.

अंजली : अजिंक्य कसा आहे ?

प्रतीक्षा : आहे कि छान.

अंजली : छानच आहे तो.

प्रतीक्षा : तू इकडे ? म्हणजे साताऱ्यात कशी काय. मला बोलला होता अजिंक्य तू पुण्यात असतेस.

अंजली : अजिंक्यला भेटायला आले खास.

प्रतीक्षा : का ?

अंजली : भेटू वाटलं.

प्रतीक्षा : कोणत्या नात्याने भेटू वाटलं ?

अंजली : म्हणजे ?

प्रतीक्षा : भेटण्यामागच कारण काय ?

अंजली : त्याच्याशी बोलायचं होत.

प्रतीक्षा : नंबर असेल न त्याचा ?

अंजली : आहे. कॉल पण केलेला पण त्याने उचलला नाही म्हणून घरी आले.

प्रतीक्षा : ठीके. तो बाहेर गेलाय मीटिंगला दुपारी येईल.

अंजली : सारा कुठय ?

प्रतीक्षा : त्याच्यासोबतच आहे.

अंजली : खूप चांगली काळजी घेतोय कि तो तुझी आणि तिची. खूप लकी आहेस.

प्रतीक्षा तीच ऐकत असतानाच कॉल लावते आणि बोलू लागते.

प्रतीक्षा : कुठंयस ?

अजिंक्य : निघतोय एक पाच मिनिटात इकडून.

प्रतीक्षा : बर. नीट ये. अंजली आलीय.

अजिंक्य : कुठं ?

प्रतीक्षा : घरी.

कॉल कट केला प्रतिक्षाने.

अंजली : कधी येतोय ?

प्रतीक्षा दहा पंधरा मिनिटांनी येईल. दोघी टीव्ही बघायला लागल्या. प्रतिक्षाला राग येत होता अंजलीचा आणि अंजलीला प्रतीक्षाशी बोलायचं नव्हतं. त्यामुळे दोघी टीव्ही बघायला लागल्या.

46

उपकार !

प्रतीक्षा : एक विचारायचं आहे तुला.

अंजली : विचार ना.

प्रतीक्षा : पण जे सांगशील ते एकदम खर आणि जे काय ते आपल्या दोघीतच राहील. चालेल ?

अंजली : अस काय विचारणार आहेस ?

प्रतीक्षा : मी नसताना अजिंक्य सोबत किती मुली होत्या ?

अंजली : प्रियांका. विभावरी.

प्रतीक्षा : आणि तू ?

अंजली : हा मीपण.

प्रतीक्षा : तू आणि अजिंक्य.... म्हणजे तुमच्या दोघांच्यात काही तसलं झालय का ?

अंजली शांतपणे प्रतीक्षाकडे बघते.

प्रतीक्षा : असेल तर हो बोल नसेल तर राहील.

अंजली : हो.

प्रतीक्षा : किती वेळा ???

अंजली : अजिंक्य तेव्हा खूप सिगरेट ओढायचा. कधी कधी प्यायचा पण तुझी आठवण यायची म्हणून. त्यातून बाहेर काढायला मी त्याच्याशी मैत्री केली. मैत्रीत कधी आमच्यात ते झाल एका रात्री कळाल नाही. आणि नंतर बऱ्याच वेळा.

प्रतीक्षा : होऊ न देता कस बर होईल.

अंजली : म्हणजे ?

प्रतीक्षा : तू करू दिलस म्हणूनच तर त्याने केल ना ?

अंजली : हो.

प्रतीक्षा : तुझ अजिंक्यवर प्रेम होत ?

अंजली : आहे.

प्रतीक्षा : असू देत पण आता उपयोग नाही काहीच.

अंजली : का ?

प्रतीक्षा : आता तो माझा आहे. अजिंक्य जगतो माझ्यासाठी. प्रेम करतो माझ्यावर. आणि अजिंक्य, अजिंक्य आहे माझ्यामुळेच.

अंजली : प्रेम म्हणजे नक्की काय देतेस तू त्याला ?

प्रतीक्षा : काय म्हणजे जे त्याला हव असत ते सगळ.

अंजली : एक बोलू ? राग येणार नसेल तर ?

प्रतीक्षा : हो बोल.

अंजली : तस बघायला गेल तर सगळ काही त्यानेच तुला दिलय. प्रेम, काळजी, साथ, नवीन आयुष्य, समाजाच्या विरुध्द जाऊन या घरात आसरा दिला तूला, साराला मुलगी मानतो आणि तुमची हौसमौज करतो. लाड पुरवतो. यात तुझ अस प्रेम मला कुठ जाणवत नाही. सॉरी. तुला राग येईल माझा पण जे मला वाटल ते स्पष्ट बोलले. कारण तू त्याची बायको असलीस तरी कधीतरी तो माझा पण होता. मी ओळखते चांगल त्याला.

प्रतीक्षा : त्याने मला सगळ दिल मी नाही म्हणतच नाही.

अंजली : पण तू सोडून पण त्याने अजून बऱ्याच जणींना काही दिल असेल. किंवा जणांना सुध्दा.

प्रतीक्षा : म्हणजे ? विभावरी प्रियांका सोडून आणि तू पण सोडून कुणी असेल का अजिंक्यच माझ्यापेक्षा जास्त जवळच ?

अंजली : नाही.

प्रतीक्षा : मग ?

अंजली : तुझ्या इतकच प्रेम तो अजून कुणावर करतो बघ एकदा. तू बरबाद केलस अजिंक्यला. कलाकार आहे तो. आणि तू त्याला वेडा करून

टाकलस.

प्रतीक्षा : तुम्ही होता ना तेव्हा सोबत मग तुम्ही का सावरल नाही त्याला ?

अंजली : कोण ? प्रियांकाला अजिंक्य हवाच होता. तिने जीव पण द्यायचा प्रयत्न केलेला त्याच्यासाठी पण त्याने तिला समजावून लग्न करायला लावल.

प्रतीक्षा : आणि तुझ काय ?

अंजली : मी अजून प्रेमातच आहे त्याच्या.

प्रतीक्षा : एकतर्फी ?

अंजली : माहित नाही.

प्रतीक्षा : माहित नाही म्हणजे ?

दार वाजलं. प्रतीक्षा जाऊन दार उघडते. अंजली सुध्दा मागे वळून बघते दाराकडे. दारात अजिंक्य आणि सारा उभे असतात.

47

घालमेल !

अजिंक्य साराला घेऊन आत आला. प्रतीक्षाने दार लावून घेतल. प्रतीक्षा अजिंक्य शेजारी येऊन बसली. अंजली अजिंक्यकडे बघते. अजिंक्य ही तिलाच बघत असतो. दोघांची ती नजरानजर तशीच खिळून राहिली. पिक्चरमध्ये एखादा प्रसंग जसा स्लो मोशन व्हावा तस घडत होत आता. सारा शांतपणे जाऊन प्रतीक्षाच्या मांडीवर जाऊन बसली. अंजली आणि अजिंक्यची नजर अजून एकमेकांच्या डोळ्यातच खिळलेली आहे. आणि या दोघांना प्रतीक्षा एकटक बघत आहे. अजिंक्य आता सोफ्यावर बसतोय आणि त्याच्यासोबतीने अंजलीची नजर हि अलगद खाली खाली सरकत चालली आहे. आणि तिला जाणवल कि तिच्या आणि अजिंक्यच्या नजरेत अजून एक नजर तिला रोखून बघत आहे ती नजर होती प्रतीक्षाची.

अंजलीने सावरत घेतल अगदी आपल्याच नजरेन तिने साराकडे बघितल. प्रतीक्षाकडे बघायची हिम्मत होईना तिची. तिने साराला जवळ बोलावल पण ती अंजलीजवळ गेली नाही. मग अजिंक्य साराला बोलतो,

अजिंक्य : मावशी आहे ती. जा कि. ओळखल नाही का तू तिला ?

सारा : मी नाही जाणार. मम्मी म्हणाली जायचं नाही.

अजिंक्य : होका... मी सांगतोय ना जा बर. मावशीकडे.

सारा उठायला लागली पण प्रतीक्षाने तिचे दोन्ही खांदे घट्ट पकडले. आणि सारा प्रतीक्षाकडे वर तोंड करून बघायला लागली.

अजिंक्य खिशातून मोबाईल काढून काहीतरी बघत बसतो. अंजली हि इकडे-तिकडे बघायाला लागते. प्रतीक्षा उठते.

प्रतीक्षा : मी जेवण गरम करते. तुम्ही बसा बोलत.

अजिंक्य : हम, मीपण आलो मदतीला. थांब शर्ट बदलतो.

प्रतीक्षा : आज नको तुझी मदत मला. अंजली आलीय ना बोल तिच्याशी उद्या कर मला मदत.

प्रतीक्षा साराला आत घेऊन निघून गेली. अजिंक्य तिथेच बसतो सोफ्यावर. अंजली त्याच्याजवळ सरकली. अजिंक्य ते तीच आपल्या बाजूंला सरकन बघून बाजूंला सरकला.

अंजली : काय झाल ?

अजिंक्य : घरी आहोत आपण माझ्या.

अंजली : हा मग.. तुझ्या घरी आहे ना मी. तिच्या नाही.

अजिंक्य : ती माझी बायको आहे आणि हे घर हि तीचच आहे.

अंजली : आणि मी कोणे मग तुझी ?

अजिंक्य : कोणे ? नात नाही आपल्यात कोणतच.

अंजली : संबंध तर आहे ना पण.

अजिंक्य : लग्नाआधी पर्यंत होता.

अंजली : (पोटाला हात लावून) आणि आत्ता काहीच नाही का ?

अजिंक्य : हा विषय इथे नको.

अंजली : अजिंक्य.

अजिंक्य : काय ?

अंजली त्याच्या डोळ्यात एकटक बघत असते.

अंजली : काही नाही.

अजिंक्य : बर

अंजली : अजिंक्य.

अजिंक्य : पुढे बोल ना.

अंजली : मला गरज आहे तुझी. तुझ्या चार प्रेमळ शब्दांची. तुझ्या मिठीची. तुझ्या काळजीची.

अजिंक्य : मी येईन ना पुण्यात.

अंजली : का इथे नाही का होऊ शकत हे सगळ ? का तुला इथे फक्त प्रतीक्षाच दिसते. मला विसरलास का ? माझ्यावरच, माझ्यासोबतच प्रेम गेल का सगळ कुठे तरी लांब ?

अजिंक्य : मी काही बोलू शकत नाही यावर. जे झाल त्याचा मला त्रास होतोय. त्यातून सावरत असताना तू इकडे आलीस. मी मराव असच वाटत का तुला ?

अंजली : हे असल काय बोलतोयस.. मला तू हवायस.

अजिंक्य : मग हा विषय इथे परत काढून नको. तुझ्याकडे येईन तेव्हा बोल. तेव्हा मी तूझा असतो. इथ मी. मी...इथच काय घरात नाही साताऱ्यात जोपर्यंत असतो मी... मी फक्त प्रतीक्षाचा आहे.

अंजली : आय लव्ह यु अजिंक्य.

प्रतीक्षाचा आतून आवाज आला.

प्रतीक्षा : अजिंक्य दोन मिनिट येरे इकड... अजिंक्य निघून गेला. मोबाईल तिथच विसरून आणि अंजलीने त्याचा मोबाईल घेतला.

48

निमित्त !

अर्थातच मोबाईलचा पासवर्ड माहित असायची गरज नव्हती. तिने 'प्रतीक्षा' अस नाव टाकल आणि पासवर्ड उघडला गेला. तिने कॉल लॉग बघितला. त्यात तिचा स्वतःचा एक, अंबरीश आणि प्रतीक्षा असे सलग तिने लोकांचे नंबर दिसले. तिने मग मेसेज जाऊन बघितले आणि त्यात पहिला मेसेज दिसत होता 'प्रियांकाचा'. पटकन प्रियांका नावावर क्लिक करून तिने मेसेज वाचायला सुरुवात केली. पण शेवटच्या दोन मेसेजचा तिला काही संबंध लागेना. ती विचार करायला लागली. बहुतेक हे दोन मेसेज अजिंक्यने डिलीट केले वाटत असा विचार करून तिने मोबाईलची स्क्रीन बंद केली. आणि मोबाईल बाजूला ठेवून दिला.

अजिंक्य आला आणि त्याने तिला आत जेवायला बोलावल. अंजलीने तिचा मोबाईल हातात घेतला आणि आत निघाली. अजिंक्य ती बसलेली त्या सोफ्याजवळ आला आणि त्याचा मोबाईल उचलून तो हि आत गेला. प्रतीक्षा ताट वाढत होती. पहिलं ताट नेहमीप्रमाणे अजिंक्य पुढे ठेवल. मग अंजलीला दिल. मग स्वतः जाऊन बसली. अजिंक्यने साराला मांडीवर बसवलं आणि तिला पहिला घास चारला. मग दुसरा घास घेतला नि प्रतीक्षापुढे हात केला. अंजली बघायला लागली. प्रतीक्षाला कस तरी वाटायला लागल. ती बोलली "खां तुझ तू". पण अजिंक्य तसाच हात पुढ धरून राहिला. मग नाईलाजाने प्रतीक्षाने 'आ' केला आणि अजिंक्यने तिला घास भरवला. मग तो स्वतः जेवायला

लागला. अंजली त्याच्याकडे बघत होती. अजिंक्य मात्र जमेल तितक तिच्याशी नजरा-नजर होण्यापासून वाचवत होता स्वतःला. जेवण सुरु होत. शांततेत. कोण कुणाशी बोलेना. त्या चार लोकांच्यात आवाज फक्त साराचाच येत होता. 'मला हे पाहिजे'. 'मला ते पाहिजे'. आणि तिला अगदी लहान होऊन समजवताना येणारा अधून-मधून अजिंक्यचा आवाज. नाहीतर बाकी अशी शांतताच होती.

प्रतीक्षाचा मोबाईल वाजला. तिने कॉल उचलला आणि ती बोलायला लागली. तिच्या बोलण्याचा अर्थ कुणाला लागत नव्हता. प्रतीक्षाच थोड्यावेळाने जेवण झाल. आणि ती अजिंक्यच्या खुर्चीशेजारी त्याच्या पाठीवर हात ठेवत बोलायला लागते.

प्रतीक्षा : अजिंक्य मी जरा बाहेर जाऊन येते.

अजिंक्य : कुठ ?

प्रतीक्षा : आले. गोळ्या घेऊन क्लिनिक मधून.

अजिंक्य : पण गोळ्या आहेत.

प्रतीक्षा : व्हिटामिनच्या आणायच्या आहेत नवीन.

अजिंक्य : मी आणतो कि. तू बस. माझ झाल कि मी गोळ्या देतो दुपारच्या. त्या खा आणि जरा झोप. आणि मी जातो आणायला त्या गोळ्या.

प्रतीक्षा : मला चेकअप पण करायच आहे.

अजिंक्य : आठवडा पण नाही झाला. चेक करून बाळ.

प्रतीक्षा : येते म्हंटल ना.

अजिंक्य : बर ऐक सोडायला तरी येऊ का ?

प्रतीक्षा : नको. जाते मी. सारा चल. झाल का तुझ.

सारा : हो.

प्रतीक्षा आणि सारा आत गेल्या दोघींनी कपडे बदलले. आणि दोघी बाहेरच्या खोलीत आल्या. अजिंक्य अर्धवट जेवण सोडून हात धुवून बाहेर आला.

प्रतीक्षा : जा ना जेव. अर्धवट कशाला जेवलास.

अजिंक्य : झाल माझ. बर ऐक.

प्रतीक्षा : बर ऐक.

दोघ एकच वाक्य एकदम बोलले. अंजली आत जेवत होती. नवीन घरी अस जेवण जास्त जात नाही आणि ताटात असलेल जेवण पटपट सरत पण नाही. तरी तिच जेवण संपतच आलेल.

प्रतीक्षा : ती कधी जाणार आहे ?

अजिंक्य : माहित नाही.

प्रतीक्षा : माझ काही नाही. राहणार असेल तर राहू दे तिला.

अजिंक्य : नको कशाला.

प्रतीक्षा : असु दे...

अजिंक्य : तिने सामान नाही आणल.

प्रतीक्षा : बर. बघ काय म्हणते. एकदा बघ बोलून थांब म्हणाव तिला. आणि ऐक मी येते. दोन तास वैगरे लागतील.

अजिंक्य : इतका वेळ ?

प्रतीक्षा : हो. काळजी घे.

अजिंक्य : तू पण. पिल्लूला निट ने. गाडी हळू चालव. सारा आईला त्रास नाही द्यायचा. आईसक्रीम दिलय मगाशी. काय...?

सारा : हो.

प्रतीक्षा आणि सारा बाहेर गेले. प्रतीक्षाने गाडी सुरु केली. सारा पुढे धरून उभी राहिली. आणि प्रतीक्षा निघाली. अजिंक्यने ती दिसेनाशी झाल्यावर दार लावल. आणि तो मागे फिरला आणि जागेवरच स्तब्ध झाला. अंजली त्याच्या अगदी पावलाला पाऊल चिटकवून त्याच्यासमोर उभी होती. गरम श्वासांनी त्याला बघत. त्याच्या डोळ्यात डोळे हरवून. आणि....

49

सवड !

अंजली : काय झाल ?

अजिंक्य : काही नाही.

अंजली : प्रतीक्षा गेली ना ?

अजिंक्य : हो.

अंजली : मग आता ?

अजिंक्य : मग काय ? काहीच नाही.

अंजली : ती नाही तर जवळ घे कि मला.

अजिंक्य : मला...हे नको काहीच.

अंजली : तुला नको असेल. मला पाहिजे अजिंक्य.

अजिंक्य : अंजली. तू बोललीस म्हणून आणि आपल्यात कधी प्रेम झालय म्हणून मी तेव्हा तुझा झालो. तू प्रेग्नंट आहेस. आता अजून काय कराव मी अस तुला वाटत ? तू, तुझ बाळ झाल कि राहशील नीट. तिकड. पण मला इथच रहायचं आहे. मी आत्ता प्रतीक्षाच्या नजरेत पडलो तर हरवून बसेन तिला कायमच....

अंजली : तू आत्ता माझ्यासोबत काय करणार आहेस ते कोण बघणारे ? आणि कोण सांगणारे तिला ?

अजिंक्य : कुणी बघायला, सांगायला नसल तरी माझ मला माहित आहे ना. आणि मी माझ्या मनाला अजून किती फसवू ? आणि खरच ग माझ प्रतीक्षावर खूप खूप प्रेम आहे. इतक कि मी अजून कुणावर कधीच

केल नाही.

अंजली : असुदे. पण माझ हि तुझ्यावर खूप मनापासून प्रेम आहे. आणि मी म्हणतेय का माझ्यासोबत रहा. मी म्हणतेय बस मला जवळ घे. रोज तर असते का मी तुझ्याजवळ ? आणि हि माझी गरज नाही. बाळाची आहे. बाळाला बाबांचा स्पर्श हवाय.

अजिंक्य : मी बाबा असलो तरी नाव तुझ्या नवऱ्याच लागणार आहे बाळाला.

अंजली : ते जगासाठी. पण एक आई म्हणून मला माहित आहे ना बाळाचा बाबा कोण आहे ते.

अजिंक्य : आणि ऐक कि अंजली.

अंजली पटकन अजिंक्यला घट्ट मिठी मारते.

अंजली : काय ?

अजिंक्य : तुझ्या बाळाचा बाबा मी आहे हे फक्त आपल्या दोघातच राहील पाहिजे.

अंजली : हो. तुला मला आणि नवऱ्याच माहित आहे.

अजिंक्य : हो. पण मला वचन दे.

अंजली : हम. हो.

अंजली त्याच्याच मिठीत असते. अजिंक्य तिला ताकद लावून बाजूला करतो. अंजली त्याच्याकडे बघते. अजिंक्य हि तिला बघतो. अजिंक्यचे श्वास जड व्हायला लागले. आणि अंजलीचे श्वास गरम व्हायला लागला. अजिंक्य आता जागचा हलणार तोच अंजलीने त्याच्या हनुवटीला उजव्या हाताने धरून डाव्या हाताने मागून त्याच्या केसात हात घालून ओठांना त्याच्या आपल्या ओठात घट्ट पकडल. अजिंक्य ढम्मसा उभा. मग अजिंक्यला हि रहावत नाही. पण प्रतीक्षा त्याच्या डोळ्यासमोर येत होती. अस अचानक दार वाजेल आणि दारात प्रतीक्षा असेल अस अजिंक्यला भीती वाटत होती. अंजली त्याला कीस करतच होती. पण अजिंक्य तिला कीस करायला तयार होईना. अंजलीने डाव्या हाताने त्याचे केस घट्ट पकडून ओढले. आणि उजवा हात हळू-हळू अजिंक्यच्या छातीवरून पोटावरून हळू-हळू खाली-खाली नेत होती आणि त्या-सरशी अजिंक्याची छातीची धडधड वाढायला लागली.

अजिंक्यने तिचा उजवा हात मनगटालाच पकडला आणि तिला जवळ ओढून कीस करायला लागला. आणि अंजलीने त्याच क्षणाला अजिंक्यला बाजूला केल. अजिंक्यला रहावत नव्हत. अंजली सोफ्याकडे जायला निघाली. अजिंक्य तिच्यामागे गेला. आणि तिला मागून पकडल. तिच्या पोटाला डाव्या हाताने अलगद पकडल पण उजव्या हाताने तिच्या भरल्या छातीवर हाताने घट्ट धरून तिच्या मानेवर कीस केला. अंजली त्याही मिठीतून सुटली. आणि अजिंक्यकडे बघितल.

अजिंक्य : काय झाल ?

अंजली : काय झाल ?

अजिंक्य : तुला काय झाल ?

अंजली : प्रेम नाही माझ्यावर मग हे काय आहे ?

अजिंक्य : सुरुवात तू केली.

अंजली : शेवट मी करणार. तू माझ प्रेम आहेस. मी नाही तुला कुणाच होऊ देणार. मी येते.

अजिंक्य : थांब कि.

अंजली : नको.

तिने त्याला आणलेलं एक गिफ्ट दिल आणि ती तिथून चालती झाली. अर्धवट उघड दार बघत अजिंक्य सोफ्यावरच बसला.....

50

अनेक प्रेमं !

इकडे प्रतीक्षा शंकराच्या देवळात आलेली आहे. साराला जवळ बसवून पिंडीसमोर हात जोडून प्रतीक्षा मनातूनच देवाशी बोलायला लागली.

प्रतीक्षा : (मनात) महादेवा... या आधी पण मला जेव्हा जेव्हा त्रास झाला किंवा मनात काही कलुषित करणारे विचार आले कि मी तुमच्या देवळात आले. तेव्हा अमित असायचा सोबत. अमितच्या आधी अजिंक्य असायचा. अमित आता नाही. आणि अजिंक्य असून हि सोबत नाही. तुमच्यापासून काय लपलेलं आहे का ? अजिंक्य माझा आहे. माझ्यावरच प्रेम करतो असा माझा समज होता. समज म्हणता नाही येणार. अशी खात्री होती माझी. सगळ नीट सुरु होत. आणि प्रियांका नावाची कोणीतरी माझ्यासमोर आली. एक कविता बनून. माझ्यासाठी लिहिलेल्या इतक्या साऱ्या कवितेत तिच्यासाठी एक कविता होती मी समजून घेतल. पण आज तिचा मेसेज आला. आणि मन अस्वस्थ झाल. कवितेतली प्रियांका हकीकत मध्ये हि अजिंक्यच्या जवळ येऊ पाहते. याचा मला त्रास होतोय. त्यातून सावरत नाही तोवर अंजली आली. अजिंक्य आणि अंजली कधीकाळी एकमेकांच्या प्रेमात होते. पण ते झाल गेल सगळ विसरून अजिंक्य माझ्यासोबत जगत असताना अंजली मात्र अजून त्याच्यातच गुंतलेली आहे. आणि हे तिने स्वतःच्या तोंडाने कबुल केल. मी त्या दोघांच्यात तिथ थांबण मला नाही बरोबर वाटल. म्हणून मी इथ आले. पण इथ हि मला स्वस्थ वाटेना ? त्या

दोघांच्यात काही होईल का आता ? नको. असल काही नको. त्या दोघांच्यात बोलण होऊदे. आणि अजिंक्यपासून अंजली कायमची लांब जाऊदे. हव तर हा नवस समज महादेवा. तू इच्छा माझी पूर्ण केलीस तर मी हि तुझा नवस पूर्ण करेन. बदल्यात तुझा अभिषेक घालेन सोबत अजिंक्यलासुध्दा आणेन.

प्रतीक्षा जागची उठली आणि तिने नमस्कार केला. आता तर अर्धातासच झालेला. आपण अजिंक्यला बोललेलो दोन तास वैगरे लागतील. त्या हिशोबाने त्याचं बोलन सुरु असेल. आणि मी लवकर गेले तर ते चुकीच वाटेल. ती तिथच देवळात बसली साराला जवळ घेऊन. थंड त्या यवतेश्वरच्या देवळात. आजूबाजूला सगळी शांतात होती. आणि माणसाला गोंधळात विचार कमी येतील पण शांततेत ???? विचारांचा गोंधळ उडतो. तीच अवस्था होती प्रतीक्षाची. अंजली पुण्याला निघाली. तिला बस मिळाली होती. घरात अजिंक्य शांत बसून होता. आणि त्याने आता गिफ्ट उघडून बघितल. त्यात दोन छोटेसे बाळाचे बूट होते. आणि एक चिठ्ठी होती ज्यावर लिहिलेलं 'अजिंक्य'. अजिंक्यला काही कळाल नाही. त्याने ती चिठ्ठी खिशात ठेवली. आणि बूट आत कपाटात ठेवले. बाहेर मोबाईल वाजायला लागला. अजिंक्य बाहेर येऊन सोफ्यावरचा मोबाईल उचलून कानाला लावतो.

अजिंक्य : हेल्लो..!

विभावरी : हेल्लो.

अजिंक्य : कोण बोलतय ?

विभावरी : ज्याला लावायचा त्याला मी कॉल लावला आहे. बस मला सांग तू कसा आहेस ?

अजिंक्य : पण कोण बोलतय ?

विभावरी : माणस माणसाला विसरतात ठीक आहे.. पण त्या आवाजाला कसे काय विसरतात जो आवाज कधी काळी आपल्याला आवडत असतो.

अजिंक्य : विभावरी ?

विभावरी : तीच आहे समज. आणि नसेल ओळख पटत तर नाही मी ती.

अजिंक्य : फिक्स.. विभावरीच.

विभावरी : कसा आहेस..?

अजिंक्य : खूप मस्त.

विभावरी : आणि प्रतीक्षा ?

अजिंक्य : ती पण.

विभावरी : मला तुला भेटायचं आहे .

अजिंक्य : पण तू असतेस कुठ ?

विभावरी : 150 किलोमीटर. तुझ्या घरापासून.

अजिंक्य : होका. मला सध्या वेळ नाही. काम सुरु आहेत ना.

विभावरी : काम तुझ्यासाठी आणि जगासाठी. माझ्यासाठी माझा अजिंक्य फक्त माझा आहे. तेव्हा त्याला काम-धाम नसत. हो ना ?

अजिंक्य : अस नाही. पण. ऐक ना.

विभावरी : अजिंक्य ... आय लव्ह यु..

अजिंक्य : हम.

विभावरी : 'प्रतीक्षा' आणि मी आय लव्ह यु म्हंटल कि तुझ हे 'हम'. म्हणन मला दोन्ही हि गोष्टी आवडत नाहीत. अजिंक्य.

अजिंक्य : बर.

विभावरी : मला भेटायला ये उद्या. नाही म्हणायचं नाही तुला माझी शप्पथ आहे.

अजिंक्य : ???

विभावरी : तुला विचारल नाही सांगितल आहे. माफ कर मला पण तू खूप आहारी गेलायस प्रतीक्षाच्या आणि मला नाही ते आवडत. भेटणार ना मग मला उद्या ?

अजिंक्य : बर. सांगतो संध्याकाळी.

विभावरी : कॉल करेन मी.

अजिंक्य : नको मेसेज करीन मी.

विभावरी : बर. बाय बेबी... लव्ह यु. मुआहहह...

51

गोड विश्वास !

अजिंक्यला मुंबईहुन कॉल आला. 'तुझं माझं जमलं तर?' या मालिकेचे प्रोड्युसर आनंद देशमुख बोलत होते. परवा त्यांना पहिले सात भाग हवे होते. त्याबद्दच बोलणं करायला त्यांनी कॉल लावलेला. अजिंक्य सांगत होता सातवा भाग आज रात्री लिहुन पूर्ण होईल आणि उद्या सकाळी बारा- एक पर्यंत सगळे सात भाग मेल केले जातील. दोघांचं बोलणं झालं. अजिंक्यने मोबाईल आता बाजूला ठेवला आणि टीव्ही लावला. टीव्हीवर चॅनेल लावत असताना त्याला तो लिहित असलेल्या मालिकेचा टिझर व्हिडिओ लागलेला दिसला त्याने चॅनेल बदलायचं थांबवलं आणि ती व्हिडिओ बघितली. काही का असेना पण त्याला आंनद झाला. व्हिडिओ संपली. त्याने मग गाण्याचं चॅनेल लावलं. गाणी बघत आणि सोबतच ऐकत असताना दार वाजलं. अजिंक्य गाणं गुणगुणत दाराजवळ गेला. दार उघडलं. दारात सारा प्रतीक्षा. दोघी उभ्या.

अजिंक्य : ये.

दोघी आत आल्या. त्याने दार लावून घेतलं. प्रतीक्षा सोफ्यावर बसली. अजिंक्य प्रतीक्षाजवळ बसला.

प्रतीक्षा : अंजली ? कुठय ?

अजिंक्य : गेली.

प्रतीक्षा : कुठं ?

अजिंक्य : पुण्याला परत.

प्रतीक्षा : कधी ?

अजिंक्य : तू गेलीस आणि दुसऱ्या मिनिटाला ती पण गेली.

प्रतीक्षा : बर. तुला काय झालं ?

अजिंक्य : काही नाही का ग ?

प्रतीक्षा : खुश दिसतोयस..

अजिंक्य : हा . अग ती सिरियल लिहितोय ना नवीन त्याचा टीझर व्हिडिओ मगाशी टीव्हीवर बघितला. भारी वाटलं जरा.

प्रतीक्षा : वाह. मस्तच कि. याच किती काम असणार आहे ?

अजिंक्य : दीड वर्ष आहे काम. म्हणजे दीड वर्ष सुरु ठेवणार आहे सिरियल.

प्रतीक्षा : मागच्या वेळेसारखं जायचं नाहीये ना तुला मुंबईला ?

अजिंक्य : नाही. रोजचे पार्ट मेल करीन सांगितलंय. तिकडं यायला जमणार नाही बोललो. बायको प्रेग्नेंट आहे सो. सांगितलं त्यांना. आणि बॉन्ड केला त्यात पण लिहून दिलय मी मुंबईला जमणार नाही यायला.

प्रतीक्षा : हा. जाऊ नकोस मला सोडून.

अजिंक्य : नाही.

प्रतीक्षा अजिंक्यजवळ सरकली. त्याच्या दंडाला धरत तिने आपलं डोकं अजिंक्यच्या खांद्यावर टेकवल. सारा त्याच्या मांडीवर बसलेली. आणि अजिंक्यने साराच्या डोळ्यावर हात ठेवला आणि प्रतीक्षाच्या ओठांना आपल्या ओठात पकडून पटकन सोडवल सुद्धा.. आणि साराच्या डोळ्यांवरचा हात काढला.

प्रतीक्षा : अजिंक्य , आय लव्ह यु.

अजिंक्य : लव्ह यु.

अजिंक्य प्रतीक्षा सारा तिघे हि टीव्ही बघायला लागले.

दुसऱ्या दिवशी सकाळी उठून अजिंक्यने पाणी भरलं. प्रतीक्षासाठी कॉफी बनवली. चहा तिला आवडत असला तरी डॉक्टरने चहा कमी प्यायला सांगितलं होता. अजिंक्य कॉफी घेऊन खोलीत आला. प्रतिक्षाला उठवून दोघ कॉफी पित होते.

प्रतीक्षा : आज कुठे जाणार आहेस का?

अजिंक्य : नाही.

प्रतीक्षा : बर.

अजिंक्य : काल कुठं गेलेलीस तू ?

प्रतीक्षा : क्लिनिकमध्ये.

अजिंक्य : गोळ्या आणायला.. व्हिटॅमिनच्या होना ?

प्रतीक्षा : हो.

अजिंक्य : कुठयत गोळ्या ?

प्रतीक्षा : नाही मिळाल्या.

अजिंक्य : कशा मिळतील.. गुरुवारी क्लिनिक बंद असत. सांग कुठं गेलेलीस ?

प्रतीक्षा : देवळात.

अजिंक्य : कशाला ?

प्रतीक्षा : अजिंक्य मला काही देणंघेणं नाही कोण तुझ्यावर प्रेम करत.. पडतो फरक याने कि तू कुणावर आणि कुणा-कुणावर प्रेम करतोस ?

अजिंक्य : अस का विचारलं ?

प्रतीक्षा : तू सांग ना उत्तर माझ्या प्रश्नाच.

अजिंक्य : माझं फक्त तुझ्यावर प्रेम आहे. एकदम खर आणि खूप सार. बाकी कुणावर नाही. आणि शेवटपर्यंत माझ्या नाही तुझ्या, माझं तुझ्यावरच फक्त प्रेम असणार आहे.

प्रतीक्षा : नक्की ना ?

अजिंक्य : हो.

प्रतीक्षा : अंजली तुझ्यावर प्रेम करते. प्रियांका आणि विभावरीसुद्धा.

अजिंक्य : असुदे. माझं तुझ्यावर आहे. प्रतीक्षा हातातला अर्धवट कप घट्ट धरून अजिंक्यच्या मिठीत शिरली. त्याने हि हातातला कप बाजूला ठेवून तिला जवळ घेतलं आणि तिच्या केसात हात फिरवला.

52

प्रश्न !

अजिंक्य : विभावरी ब्लॉकड, प्रियांका ब्लॉकड...

हातातला मोबाईल बंद करून बाजूला ठेवत अजिंक्य प्रतीक्षाला सांगत असतो.

प्रतीक्षा : आणि अंजली ?

अजिंक्य : तिला मी वचन दिलय शेवटपर्यंत मैत्री निभावेन म्हणून. आणि म्हणून तिला ब्लॉक केल नाही. आणि अस हि ब्लॉक केल, नाही केल तरी तिच माझ बोलण अस होतच नाही.

प्रतीक्षा : अंजली तुझी मैत्रीण आहे ना ?

अजिंक्य : हो. माझी मैत्रीण आहे.

प्रतीक्षा : फक्त मैत्रीण ?

अजिंक्य : हो.

प्रतीक्षा : पण ती तुला मित्र मानत नाही. का बर अस ?

अजिंक्य : माहित नाही मला. प्रतीक्षा.... माहित नाही का पण मला आत्ता आठवण झाली त्या भेटीची.

प्रतीक्षा : कुणाच्या तुझ्या आणि अंजलीच्या ?

अजिंक्य : तिची कशाला ? तुझी आणि माझी. भर पावसात. त्या अंधारात. त्या बंद वडापावच्या गाड्यापाशी. ती भेट झाली नसती तर ?

प्रतीक्षा : मला एक प्रश्न पडला होता तेव्हा. आणि अजून हि तो प्रश्न पडलेलाच आहे. उठून सावरलेला नाही माझ्यासाठी. त्याच उत्तर

मिळालंच नाहीये मला अजून.

अजिंक्य : कसल ?

प्रतीक्षा : वेड्यासारखा तू कित्येकदा माझ्यासोबत असताना भिजला आहेस पावसात. आपण एकमेकांना ओळखत नव्हतो किंवा रिलेशनमध्ये नव्हतो तेव्हा हि तू भर पावसात भिजत फिरायचास रस्त्यावर.

अजिंक्य : हो. मग ?

प्रतीक्षा : थंडीत स्वेटर आणि पावसाळ्यात जर्किंग घातलेलं तुला मी कधी बघितलेलं नाहीये. मग अस असताना हि तू त्या रात्री आडोश्यात का उभा होतास ?

अजिंक्य : माहित नाही. मी चाललेलो घरीच. पाउस पडायला लागला. मनात विचार नव्हते कसलेच. त्यामुळ खूप अशा शायरी रस्त्याने चालत मी बनवत होतो पण मला आवडेल अशी बनतच नव्हती. तुला आठवत होतो तुझ-माझ प्रेम आठवत होतो पण छे...! जमत नव्हत. नवरा बायको जसे तसच असत या शायर, कवीच नात पावसासोबत. जमत नाही दोघांच एकमेकांशिवाय. मग आता पावसात भिजत गेलो तर डोक जड होईल. म्हणून जरा बाजूला थांबलो आडोशाला. विचारात गुंतून हरवून कधी मी त्या पावसातून विचारांच्या वाळवंटात आणि रात्र-अंधारातून कधी लख्ख सकाळच्या सूर्य-उन्हात रमलो समजल नाही. भानावर आलो तर एक स्त्री माझ्या पुढ्यात उभी दिसली. अगदी शारीरिक ठेवण उत्तम असलेली ती स्त्री तू आहेस हे पहिल्यांदा समजल नाही. पण मग आठवण झाली त्या केसांची ज्या केसांना हातात घेऊन अगदी पाच-पाच, दहा-दहा मिनिट मी वेड्यासारखा वास घ्यायचो. ते खांदे. त्या खांद्यांवरून माझे हात फिरवत कधी ड्रेस बाजूला करत माझे कोरडे ओठ ओले करून फिरवत एखादा पर्वत एकाच चढाईत उतरावा तसा मी मानेपासून कीस करत खांद्याच्या कोपऱ्यापर्यंत घसरत यायचो. ती पाठ. ज्या पाठीवरून मणक्याच्या आकारात खाली मी हात फिरवत बसायचो. अजून खाली जात नाही. तर अशी हि शरीराची आणि त्यातल्या अवयवांची ओळख जुनी जाणवली. त्या पाठमोऱ्या त्या स्त्रीत कुठेही अनोळखीपणा नव्हता. मी जवळ आलो. आधीच तुझे

भिजलेल केस. थोडेसे पाणावलेले खांदे. किच्च भिजलेली छाती. जेव्हा तुला मिठीत मागून घेतल मी तेव्हा मला जाणवली. आणि अशा या प्रतीक्षासाठी. माझ्या प्रतीक्षासाठीच मला तिथ थांबायची अक्कल झाली. पण काही का असेना आज तू अशी माझ्या जवळ आहेस. प्रतीक्षा मी कसा हि असेन पण तुझा आहे. मला काहीही आवडत असेल. पण तुझ्या इतक काहीच नाही. मला काही गोष्टी आवडत नसतील. पण तुझ्या बाबतीतल्या सगळ्या गोष्टी माझ्या आवडत्या आहेत. आणि मी जन्म घेतलाय मागून देवाकडून फक्त तुझ्यासोबत जगण्यासाठी. कारण जेव्हा देवाने मला आयुष्य दिल असेल काहीच नसेल त्या आयुष्यात तेव्हा त्याने मला तुझ लालूच दाखवल असेल आणि म्हणूनच मी त्याला जन्माला यायला होकार दिला असावा.

प्रतीक्षा : (खळखळून हसत) काहीही हां... तुला बर आठवतय जन्माला यायच्या आधीच तुझ आणि देवाच बोलण ?

अजिंक्य : हे अस तू हसणार असशील तर सात जन्माआधीच पण आठवेल मला. मला काय बस तू अशी आनंदी हवीस. बाकी माझ्याकडे सगळ आहे. त्या व्यतिरिक्त मी तुला काय द्याव तर बस हे हसण.. इतकच वाटत.

प्रतीक्षा : कसा रे असा तू अजिंक्य. ये इकड जवळ. आय लव्ह यु.

अजिंक्य : आय लव्ह यु खूप सार. जगात कोण कुणावर करत नाही इतक मी तुझ्यावर प्रेम करतो.

आणि अजिंक्य प्रतीक्षाच्या छातीशी डोक टेकवून घट्ट मिठी मारतो. तीही त्याला जवळ घेते.

53

आगाऊ बाळ !

प्रतीक्षा बेडवर बसलेली आहे. होणारी आई आपल्या नवऱ्याची बायको राहण्यासाठी हि धडपड करत असतेच. कारण जितक सुख आई होण्यात असत तितक सुख किंवा त्याहून जास्त सुख हे बायको बनून राहण्यात हि असत. आई बनून बाळाची काळजी तर घेतेच ती पण आपली हि कुणी काळजी घ्याव आणि हा विचार करावा तिने. मग फक्त विचाराला त्या अजिंक्याने तिची काळजी घेऊन, तिला प्रेम देऊन साकार कराव. स्वप्नच म्हणाव ते. पण सत्यातल. प्रतीक्षा बेडवर आतापर्यंत बसलेली. पण कधी तिचा अचानक डोळा लागला काय माहित ? ती तशीच उशीला पाठ लावून बसल्या-बसल्या झोपून गेली. अजिंक्य स्क्रिप्ट लिहित बसलेला. सहज म्हणून प्रतीक्षाची आठवण आली. म्हणून आतल्या खोलीत येऊन बघतो तर हि झोपलेली. तिला अस निरागसपणे झोपलेलं बघून त्याला अस तिला घट्ट मिठीत घ्याव अस वाटत होत. पण तब्येत तिची नाजूक होती. मिठी मारावी तर पोटावर तिच्या दाब पडणार. तिला त्रास होणार. श्वास गुदमरणार. नकोच. त्याच्या आणि तिच्या बाजूने विचार करून त्याने मिठी मारायचं टाळल. कधीचे नऊ महिने संपतात अस त्याला झालेलं. तो तिच्या जवळ चोराच्या पावलाने गेला. प्रतीक्षाची केस क्लिपच्या कडकडीत मिठीतून सुटून तिच्या खांद्यावर विसावलेली. बहुतेक अजिंक्यचीच वाट बघत. त्याने याव. आपल्याला हातात घ्याव. वास नाकाने अगदी धुंद होऊन घ्यावा आणि केसांना.........कानांच्या

मागे सरकून ठेवाव. हि अपेक्षा केसांची असावी आणि तसच झाल. कानामागे केस सरकवताना प्रतीक्षाला झोपेत का होईना तो अजिंक्याच्या बोटांचा स्पर्श झाला.

तिने कूस बदलली आणि तिचे पाय खाली गेले. पाठीमागची उशी आता डोक्याखाली आली. डावा हात पोटाखाली गेला. अजिंक्याने तो अलगद काढून बाजूला केला. त्या क्षणाला तिने झोपेतच का होईना पण अजिंक्याचा हात आपल्या हातात धरला. ती शांत होती. झोपलेली होती. अजिंक्य हि शांत होता इतका शांत कि गरज असून सुध्दा तो आपले श्वास हळू-हळू नेहमीच्या गतीपेक्षा कमी आत घेत होता, बाहेर सोडत होता. कारण त्या श्वासाने सुध्दा जवळ कुणीतरी आहे याची तिला जाणीव झाली असती. तिची झोप मोडली असती आणि पोटातल बाळ हि जागल असत. आणि प्रतीक्षाला उगीच पोटाला लाथा मारून त्रास देत बसल असत. तो तसाच तिच्या हातात अडकलेला आपला हात विसावून तिच्याकडे बघत बसला. अर्धा तास.

साराच कार्टून बघून झाल टीव्हीवर. ती आत आली. लहान ती तिला काय कळतय ? तिच्या आवाजाने प्रतीक्षा जागी झाली. तिने डोळे उघडले. समोर अजिंक्य तिला बघत आहे. ती गालातच लाजून हसली. तीच लक्ष हाताकडे गेल. त्याचा आपल्या हातात हात बघून अजूनच तिला लाज आली. गोऱ्या गालांवर फिकट गुलाबी रंग जमला. सारा प्रतीक्षाच्या पायाशी काहीतरी खेळण घेऊन खेळत बसली. अजिंक्य प्रतीक्षाला बघतोय. ती तरी कुणाला बघणार ? ती हि अजिंक्यला बघतीय. अजिंक्यचा हातातला हात तसाच धरून आपल्या पोटावरून ती फिरवते. तिला बर वाटतय. अजिंक्यला हि पण या दोघांच्या प्रेमाने बाळाला अस वाटतय कि या दोघांच एकमेकांवरच इतक प्रेम आहे तर माझ्यावर करायला उरेल का काही ? आणि म्हणून याच हे प्रेम थांबव आणि बाळासाठी उराव म्हणून ते बाळ प्रतीक्षाला पोटाला लाथ मारत. त्या लाथेने तिला त्रास झाला पण क्षणात तिच्या चेहऱ्यावर हसू आल. आई म्हणजे काय असते ? जी दुःखाला हि आनंदात बदलते. पण हि एवढी ताकद तिच्यात येते कुठून ? जेव्हा तिला साथ देणारा नवरा अजिंक्यसारखा असेल. अजिंक्य उठला. त्याला बघून सारा हातातल

खेळण घेऊन बाहेर निघून गेली. त्याच संधीच सोन त्यान केल. प्रतीक्षाच्या कपाळावरून हात फिरवून तिच्या कपाळावर कीस केला. तिने त्याच्या हनुवटीला धरून खाली आपल्या ओठापाशी ओढलं. आणि एकमेकांत आपले ओठ गुंतवून दोघ सगळ विसरत गेले. अजिंक्य बाजूला झाला. प्रतीक्षा लाजली.

अजिंक्य : काय झाल ?

प्रतीक्षा : तुझ्यासारखा कुणीच नाही.

अजिंक्य : होका ? का बर अस ?

प्रतीक्षा : असच. प्रत्येकाला उत्तर नसत. बस जे असत ते फक्त असत.

अजिंक्य : जाऊ का ? स्क्रिप्ट लिहितोय. तुझी आठवण आली म्हणून आलेलो आत.

प्रतीक्षा : असा किती लांब बसला आहेस रे तू माझ्या पासून ?

अजिंक्य : खूप लांब.

प्रतीक्षा : हो का ? कुठ रे ?

अजिंक्य : हे आपली... बाहेरची खोली.

दोघ हसायला लागले.

प्रतीक्षा : वेड माझ बाळ.

अजिंक्य : सारा आणि येणार आपल बाळ दोघांपेक्षा हे मोठ बाळ आगावू आहे बर का.

प्रतीक्षा : असुदे. तेच बाळ मला जास्त आवडत.

आणि अजिंक्य तिच्या गालावरून एकदा हात फिरवून बाहेर निघून जातो. प्रतीक्षा डोळे मिटून पडून राहते.

54

पाणीपुरी !

प्रतीक्षा डोळे मिटून नुसती झोपलेली आहे. सारा तिच्याजवळ येऊन तिच्या हाताला धरते आणि उठायचा हट्ट करते.

सारा : मम्मी मला भूक लागलीय.

प्रतीक्षा : हो बाळा काय बनवू सांग बर तुला ?

सारा : वरण, भात, तूप आणि लोणच.

प्रतीक्षा : बर जा पप्पांना बोलावून आण.

सारा निघून गेली बाहेरच्या खोलीत. प्रतीक्षा उठून केस बांधायला लागते. आत अजिंक्य आला. त्याच्या कडेवर सारा होती.

अजिंक्य : कशाला उठलीस ? भूक लागलीय का तुला ?

प्रतीक्षा : साराला लागलीय आणि मला पण लागलीय.

अजिंक्य : बर मग मी बनवतो ना.

प्रतीक्षा : नको तू कशाला आणि आता बघ ना आताशिक सात वाजलेत. जेवले आता तर परत नऊ, साडेनऊला भूक लागेल.

अजिंक्य : बर काय खाऊ वाटतय माझ्या बायकोला ?

प्रतीक्षा : माहित नाही पण मला आणि बाळाला दोघांना काहीतरी तिखट, चमचमीत खाऊ वाटतय.

अजिंक्य : चमचमीत पण काय ?

प्रतीक्षा : पाणीपुरी. (ओली जिभ ओठांवरून फिरवत)

अजिंक्य : बर चल आवर जाता आपण खायला.

प्रतीक्षा : खर ?

अजिंक्य : हो चल. आल्यावर करेन मी माझ काम. आवर तू. आलोच मी.

सारा : पप्पा मला पण हवीय पाणीपुरी.

अजिंक्य : हो. चल आधी आपण कपडे बदलू.

सारा : मम्मी घालेल ना मला.

अजिंक्य : आई आजारी आहे ना मग असा त्रास नाही द्यायचा तिला सांगितल ना तुला. ऐकणार ना माझ ?

सारा : हो....

अजिंक्य : चला.. आपण जायचं आता पाणीपुरी खायला. येय.....

अजिंक्य साराला घेऊन बाहेरच्या खोलीत गेला. थोड्यावेळाने प्रतीक्षा बाहेरच्या खोलीत आवरून आली. अजिंक्य आणि सारा हि तयार होऊन बसलेले.

अजिंक्य : फोर व्हीलरने जाऊ.

प्रतीक्षा : कशाला. नको. राजवाडा काय लांब आहे का ? चालत जाऊया ना.

अजिंक्य : परत पाय दुखतो तुझा झोपताना. परवा बघितल ना कसा पायाला गोळा आला. मी चोळत बसलो म्हणून कमी आली सूज तुझी. ऐकत जा माझ जरा.

प्रतीक्षा : अह... चल ना चालत. दिवसभर घरात बसून कंटाळा येतो मला.

अजिंक्य : बर. चल.

प्रतीक्षा, अजिंक्य, सारा तीघ रस्त्याने निघाले. राजवाड्यावर येऊन पोचले.

पाणीपुरीवाला : बोला साहेब किती करू ?

अजिंक्य : तीन प्लेट.

प्रतीक्षा : भैया दोन तिखट करा आणि एक गोड.

अजिंक्य : तिखट कुणाला ?

प्रतीक्षा : मला.

अजिंक्य : बर.

सारा : मम्मी मला कुल्फी.

प्रतीक्षा : चल, मी आलेच एक मिनिट. दोघी तिकड कुल्फी आणायला गेल्या.

अजिंक्य : ऐक, एक पूर्ण तिखट बनव आणि दुसऱ्यात थोड गोड पाणी मिक्स कर पण कळायला नको अस कर.

प्रतीक्षा आणि सारा आली. अजिंक्य साराला पाणीपुरी भरवत असतो. ती एक पाणीपुरी खाते आणि थोडावेळ कुल्फी चोकते. अजिंक्य तो पर्यंत स्वतःची खायला लागतो. प्रतीक्षा एक पाणीपुरी खाते.

प्रतीक्षा : भैया, तिखट नाहीये पाणीपुरी.

पाणीपुरीवाला : तिखट हि तो है.

अजिंक्य प्रतीक्षकडे बघतो आणि तीच लक्ष नाही बघून पाणीपुरीवाल्याला डोळा मारत बोलतो,

अजिंक्य : आधी तिखट असायची पाणीपुरी, आज काय झाल ?

पाणीपुरीवाला : ये आज मी नाही बनवली. माझ्या छोट्या भावाची गाडी मी चालवतोय. तो गावाला गेला आहे.

अजिंक्य : हम. तरीच म्हंटल चव मिडीयम झालीय.

प्रतीक्षा : अजिंक्य,

अजिंक्य : काय ?

प्रतीक्षा : बघू मला तुझ्यातली एक पुरी.

अजिंक्य : सेमच आहे कि आपली.

प्रतीक्षा : असुदे, तू माझी घे, मला तुझी दे.

अजिंक्य : अग नको. खा लवकर. आपल्याला घरी जायचय.

प्रतीक्षा : नाही दे ना. बघू लवकर.

तिने त्याच्या प्लेटमधली एक पाणीपुरी उचललीच आणि पटकन अख्खी तोंडात भरली. आणि डोळ्यात तिच्या पाणी जमा झाल.

अजिंक्य तिला खिशातून रुमाल काढून देतो. ती डोळे पुसते.

अजिंक्य : म्हणून मी त्यांना थोडस अगदी गोड पाणी मिक्स करायला सांगितल. तुला त्रास आणि आपल्या बाळाला पण त्रास होईल म्हणून तस केल.

प्रतीक्षा त्याला बघत असते.

अजिंक्य : अजून खाणार ?

प्रतीक्षा : हो.

अजिंक्य : सारा तू खाणार का ?

सारा : नक-को..

अजिंक्य अजून दोन प्लेट बनवायला सांगतो. साराला नको असते. तिची पाणीपुरी खाऊन कुल्फी पण उरलेली असते. तीच ते खात असते. अजिंक्य त्या माणसाला पुन्हा खुणावतो. तो माणूस प्लेट मध्ये पुऱ्या ठेवून त्यात रगडा आणि वाटणा भरतो. गोड पाण्याला आणि तिखट पाण्याला एकच पळी तो वापरत होता. त्याचा फायदा घेत त्याने गोड पाण्यातून काढलेली पळी त्यात अर्धी पळी गोड पाणी असत आणि त्याच अर्ध्या पळीत तिखट पाणी घेऊन तो पुऱ्या भरतो. आणि ती प्लेट प्रतीक्षा पुढे करतो. दुसरी एक पूर्ण तिखट प्लेट बनवून ती तो अजिंक्यला देतो. त्याचं खाऊन होत. तिघ माघारी घरी यायला लागले. अजिंक्यला एकावर एक कॉल यायला लागेल. पण तो काही कॉल उचलेना.

प्रतीक्षा : कोण आहे ? उचल ना कॉल.

अजिंक्य : प्रोड्युसर आहे.

प्रतीक्षा : मग ?

अजिंक्य : स्क्रिप्ट झाली नाहीये. घरी जाऊन पूर्ण करतो त्यांना मेल करतो मग कॉल लावतो.

प्रतीक्षा : सॉरी...अजिंक्य.

अजिंक्य : का ?

प्रतीक्षा : माझ्यामुळे तू बाहेर आला आणि रोजच तुझ कामाकड दुर्लक्ष होत माझ्यामुळे.

अजिंक्य : तुझ्यामुळे कामाकडे दुर्लक्ष झाल माझ तर मी ते पूर्ण करेन ग नंतर पण माझ्या कामामुळे तुझ्याकडे माझ दुर्लक्ष झाल तर त्याचा त्रास भरून न निघण्यासारखा आहे. त्यामुळे आहे ते आत्ता ठीक आहे.

ते दारात आले. अजिंक्य साराला कडेवरून खाली उतरवतो. कुलूप उघडत असताना प्रतीक्षाचा मोबाईल वाजतो. आणि ती बघते आणि 'अजिंक्य' अस नाव घेते.

अजिंक्य : काय झाल ?

प्रतीक्षाच्या डोळ्यात पाणी जमलेलं असत. आणि आता ते वाहणारच होत. त्या आधी ती जडपणे बोलते,

प्रतीक्षा : बाबांचा कॉल.......

55

आई !

~~~~~

प्रतीक्षा : हेल्लो, बाबा.

आई : बाबा नाही मी बोलतीय.

प्रतीक्षा : आ..आं..आई. कशी आहेस तू ?

आई : त्याच्याकड गेलीस आणि विसरलीस ना आम्हाला ?

प्रतीक्षा : नाही ग. सगळ अस घडत गेल आणि तुम्ही माझे कॉल उचलायचे बंद केले. ते जाऊ दे आई मला तुला भेटायचय ग.

आई : दिवस गेलेत न तुला ?

प्रतीक्षा : हो.

आई : मला समजल म्हणून विचारायला फोन केला.

प्रतीक्षा : आई बाबा कुठे आहेत ?

आई : आहेत इथच शेजारी.

प्रतीक्षा : दे ना त्यांच्याकडे मोबाईल.

आई : त्यांना नाही बोलायचं तुझ्याशी. मलाच बातमी कळाल्यावर रहावल नाही म्हणून कॉल केला.

प्रतीक्षा : पूजा ? तीच कस चाललय कॉलेज ?

आई : लग्न झाल तीच. मागच्या महिन्यात.

प्रतीक्षा : मला नाही बोलवल ?

आई : आपल्यात काही नात आहे का ?

प्रतीक्षा : का मुलगी नाही का मी तुमची ?

आई : तू त्याच्याशी लग्न केल नसत तर चालल असत मला, बाबांना.

प्रतीक्षा : पूजा तर मला साधा मेसेज काय कॉल पण करत नाही.

आई : सांगितल ना तुला, अजिंक्य आम्हाला कधीच पसंत नव्हता आणि नाही.

प्रतीक्षा : तुमचा गैरसमज आहे त्याच्याबद्दल. पण तो आता तसा नाही. जितकी मी घरी नव्हते जितकी अमित सोबत नव्हते तितकी खुश आहे मी आता. त्याच्यासोबत. तोंडातून काही शब्द काढायचा अवकाश कि सगळ पुढ्यात येत माझ्या ? साराला तर काय सांगू किती जपतो तो.

आई : अजून किती दिवस ? होऊ दे कि त्याच स्वतःच. मग कोण सारा न कोण काय ?

प्रतीक्षा : हेच. चुकत तुमच. सगळ तुमच तुम्हीच समजून जाता त्याच्याबाबतीत. पण तो तसा नाहीच. खूप चांगला आहे ग तो आई. एकदा भेट त्याला. प्लीज. मला पण भेटायचं आहे तुला.

आई : हे म्हणतायत उद्या ये म्हणून घरी.

प्रतीक्षा : खर ?

आई : हो. उद्या ये जेवायला.

प्रतीक्षा : येते मी.

आई : कुठे असता तुम्ही दोघ ?

प्रतीक्षा : म्हणजे ?

आई : रहायला ?

प्रतीक्षा : सातारा.

आई : अजून तिथच मरतोय का तो ? तुला घेऊन. घर दार काय घेतल का त्याने ?

प्रतीक्षा : हो. सातार्‍यात त्याचच घर आहे. पुण्यात पण आहे. शिवाय बुलेट आहे स्विफ्ट आहे. घरात वॉशिंग मशीन पासून सगळ आहे.

आई : काम धंदा काय करतो ?

प्रतीक्षा : अग टीव्हीवर त्याच्या दोन मालिका सुरु आहेत. त्याने लिहिलेल्या. फिल्म पण येईल लवकरच त्याने लिहिलेली.

आई : बर. या उद्या.

अजिंक्य पाणी घेऊन येतो आणि प्रतीक्षाच्या समोर ग्लास धरतो.

प्रतीक्षा : अजिंक्य आलाय बघ. देऊ का त्याच्याकडे.

अजिंक्य प्रतीक्षाक्षकडे बघतो.

आई : नको. उद्या बोलेन. ठेवते.

कॉल कट होतो. प्रतीक्षा पाणी पिते आणि सांगते उद्या त्यांना पुण्याला तिच्या घरी जायचं आहे. अजिंक्य तयार होतो. अजिंक्य जाऊन वरण भात बनवतो. प्रतीक्षा सारा टीव्ही बघत असतात. अजिंक्य त्यांना जेवण वाढून.. नंतर रात्री स्क्रिप्ट लिहित बसतो. पहाटे चारला झोपतो आणि लगेच सहाला स्वतः उठून प्रतीक्षाला' उठवून आवरून वैगरे हे तीघ आठ वाजता स्विफ्टमधून पुण्याला निघाले.

56

अपमान !

गाडी प्रतीक्षाच्या माहेरी दारात थांबली. प्रतीक्षा गाडीतून उतरली. गाडीच दार लावल आणि घराच्या दारात जाऊन तिने बेल वाजवली. माहेरी आल्याच्या ओढीने ती साराला सोबत घ्यायचं पण विसरली. अजिंक्य गाडी पार्क करून साराला घेऊन प्रतीक्षाच्या मागे उभा राहिला. तीन चार वेळा बेल वाजवली पण दार उघडल गेल नाही. प्रतीक्षा एकदा मागे अजिंक्यकडे वळून बघते. तेवढ्यात दार उघडल्याचा आवाज येतो. ती पुढे बघते. दारात आई आणि बाबा. प्रतीक्षा जाऊन आईला घट्ट मिठी मारते. अजिंक्यकडे तिची आई आणि बाबा बघतात. अजिंक्य त्यांच्याकडे बघून स्मितहास्य देतो. पण बदल्यात ते काहीच चेहऱ्यावर भाव दाखवत नाही. साध खोट खोट हासण्याचा आव पण आणत नाहीत. अजिंक्यला ते समजल. तो साराला घेऊन तसाच माघारी निघाला. आई आणि प्रतीक्षाची मिठी सुटते..

प्रतीक्षा : कुठ चाललास ?

अजिंक्य : हिला कॅडबरी हवीय. इथ कुठ मिळती का बघतो.

प्रतीक्षा : नको. नंतर आणू. ये ना आत.

अजिंक्य : बर.

सगळे आत गेले. अजिंक्यला आत जाऊ वाटत नव्हत. पण गेला. आत गेल्यावर सोफ्यावर अजिंक्य शेजारी प्रतीक्षा आणि अजिंक्याच्या मांडीवर सारा बसली. अजिंक्यशिवाय पान हालत नव्हत साराच. ते

सतत दोघांना बघून जाणवत होत. समोरच्या बाजूला सोफ्याच्या दोन खुर्चीवर आई आणि बाबा बसले.

आई : कस चाललय तुझ मग ?

प्रतीक्षा : खूप भारी... म्हणजे विचार केला नव्हत मी इतक भारी.

बाबा : घर वैगरे झाल तुझ अस हि बोलली मला.

प्रतीक्षा : हो. बाबा. दोन घर झाली.

आई : तूला एकदा पण वाटल नाही का याव आमच्याकडे. बहिण आहे तुझी. म्हणजे होती इथ. तिला भेटाव. रोज आठवण काढायची ती तुझी.

प्रतीक्षा : मग कॉल का केला नाही तिने ?

आई : माहित नाही.

प्रतीक्षा : तुम्ही पण कुठ केला ?

बाबा : कारण माहित आहे तुला. तेच तेच बोलायला मला नाही आवडत.

प्रतीक्षा : बाबा. आधी सारख आता काहीच नाहीये.

बाबा : काही का असेना. रंकाचा राजा झाला म्हणून त्याच ऐश्वर्य, राहणीमान, आयुष्य, भविष्य बदलत, ती व्यक्ती बदलत नाही.

आई : होना.

प्रतीक्षा : पण तुम्ही समजून का घेत नाहीये मला ?

आई : काय समजून घेऊ ?

बाबा : अमितच अस झाल सांगायचं तरी जावई होता आमचा शेवटच तरी बघितल असत.

प्रतीक्षा : अहो बाबा, तेव्हाची परिस्थिती काय सांगू तुम्हाला. आई, अमित दोघांचे धक्के एकामागे एक सहन कसे केले मी एकाच दिवशी माझ मला माहित.

बाबा : हो, पण सांगण कर्तव्य होत ना तुझ ? तो कोण लांबचा होता का ?

प्रतीक्षा : आता अजिंक्य आहे ना तुमचा जावई...

बाबा : आपल्या मराठी माणसात जावई आणि सून हि एकदाच असते. बाहेरची संस्कृती आपल्यात अमान्य आहे.

प्रतीक्षा : मग मी विधवा म्हणून रहायचं होत का आई-बाबा ?

आई : मुळीच नाही. मला माझी मुलगी मोकळ्या कपाळाची आवडलीच नसती.

बाबा : आणि मुळात अस हे मुलीला घेऊन घरात ठेवलच नसत. चांगल स्थळ बघून लावल असत तुझ लग्न.

प्रतीक्षा : हो ना बाबा. मग माझ मी केल लग्न. माझ्या मर्जीने आवडीने आणि मुळात ओळखीच्या मुलाशी. ज्याने मला इतक प्रेम दिल. इतक समजून घेतल मला. आणि मुख्य म्हणजे मी विधवा असून मला स्वीकारलं. आणि माझ विधवापण विजवून टाकल. अशा मुलासोबत, अजिंक्य सोबत मी सुखात आनंदात आहे. हे कमी नाही का ?

बाबा : तुला पटतय ना सगळ. मग आमचा त्यात काही विचार करू नकोस. असो. खायला बनवल आहे नाष्टा खाऊन घे चल.

आई, बाबा, प्रतीक्षा उठले. प्रतीक्षा अजिंक्याकडे बघते. आई बाबा आत गेले.

प्रतीक्षा : चल ना.

अजिंक्य : तुला एकटीला बोलावल आहे. साराला घेऊन जा आहे मी इथच.

प्रतीक्षा : नाही रे माझ पण आहेच कि हे घर. चल तू पण.

अजिंक्य तिला जायला सांगतो. प्रतीक्षा आत जाते. तर आत आई बाबा तिची वाट बघत थांबलेले असतात. तीन मोठ्या ताटात पोहे असतात आणि साराला छोट्याश्या ताटात पोहे असतात. प्रतीक्षा हे बघते आणि तिला आतून रडल्यासारख होत.

प्रतीक्षा : आणि त्याला ?

बाबा : त्याला घरात घेतल हेच खूप आहे.

प्रतीक्षा : आई, मी येते.

बाबा : कुठ ?

प्रतीक्षा : सातार्‍याला. जिथ माझ्या नवर्‍याचा अपमान होतो तिथ मी का निर्लज्जासारख थांबू. माझ्यावर कमी प्रेम करणारा माझा नवरा असता. मी त्याच्यासोबत सुखी नसते असा तो जर का नवरा असता तर मी इथ आरामात खात बसले असते पण हा माझा अजिंक्य आहे.

आणि त्याच्याबाबतीत कोणतीच चुकीची गोष्ट मला पटत नाही. आणि हा त्याचा अपमान आहेच पण मी त्याची बायको आहे आणि तो माझा हि अपमान आहे. इतक्या महिन्यांनी घरी आले. वाटल होत सगळ नीट असेल पण...

आई : ती दिसतीय ना तुला मोकळी ताटली. भरायची आहे अजून मला. जा त्याला बोलाव.

प्रतीक्षा बाहेर गेली अजिंक्यला बोलवायला.

आई : (हळू आवाजात) अहो, दिवस गेलेत तिला. तुम्हालाच हव होत ना बाळ तीच खेळवायला. मग नीट वागा ना नसेल आवडत तो तरी बोला खोट खोट गोड त्याच्याशी. म्हणजे तो पण तिला इथ राहू देईल बाळ होईपर्यंत. कळतय का तुम्हाला ?

बाबा : हो. बर बाई. पण त्याला जाऊ दे आज. रहायला थांबवू नकोस. बोलू पण नकोस.

आई : तेच डोक्यात आहे माझ्या.

प्रतीक्षा आणि अजिंक्य आत आले. आई-बाबा दोघे हि शांत झाले.

57

नाटक !

बाबा : अजिंक्य, ये बस माझ्या शेजारी.

अजिंक्य : आ ? हा. आहे प्रतीक्षा शेजारी..

बाबा : पहिल्यांदा आलायस. बस इथे ये.

प्रतीक्षा : (दबक्या आवजात) जा ना बाबा बोलवतायत तर.

अजिंक्य त्यांच्याशेजारी जाऊन बसला. त्याच्यापुढे बाबांनी पोह्याच ताट केल. सगळे शांतपणे खात होते. खाऊन झाल. अजिंक्य उठला आणि साराला हात धुवायला घेऊन गेला. त्याने पण हात धुतला आणि दोघ बाहेर सोफ्यावर येऊन बसले. त्याच संधीचा फायदा घेत आई आता विषय काढणार होती पण त्यांनी आधी प्रतीक्षाच्या बाबांना डोळ्यानेच खुणावल. बाबा लागलीच पटपट घास घश्यात ढकलत उठले. घशात पोहे अडकले त्याला ग्लासभर पाणी पिऊन गिळून टाकल आणि ते बाहेर गेले.

अजिंक्य आणि सारा बसलेले. सारा अजिंक्याच्या मोबाईलमध्ये कार्टून बघत बसलेली. अजिंक्य हि तेच बघत बसलेला. बाबांना बघून तो सावरता झाला. बाबा त्याच्या शेजारी जाऊन बसतात.

बाबा : अजिंक्य, कशा चालल्यात मालिका तुझ्या ?

अजिंक्य : चालल्यात छान. तुम्ही कसे आहात ?

बाबा : मी ठीक. उत्तम आणि हो बाबा म्हणालास तरी चालेल मला. डायरेक्ट बोलण सुरु करायची गरज नाही.

अजिंक्य : चालेल. तुम्हाला कसला त्रास वैगरे नाही ना बाबा ?

बाबा : आहे कि, शुगर आहे. डोळ्याचा नंबर आहे.

अजिंक्य : मग औषध सुरु आहेत का ?

बाबा : सगळ आहे सुरु. वय वाढल कि किती काही केल तरी तात्पुरता फरक आणि मनाला दिलासा. शेवटी मरायचच असतय.

अजिंक्य : अहो अस का बोलताय ?

इकडे आई आणि प्रतीक्षाच बोलन सुरु आहे.

आई : मनु, खूप इच्छा आहे ग आमची दोघांची तुझ्या आणि पूजाच्या बाळांना अंगाखांद्यावर खेळवायचं. साराच्या वेळी तू पुण्याला होती. पण आता आहेस तू. पूजाला अजून वेळ आहे. तिचा नवरा म्हणत होता ते दोन वर्ष काही चान्स घेणार नाही. दोन वर्ष अजून आणि बाळाला अजून पुढे एक वर्ष. पुढच आम्हाला आमच काय ग माहित, आज आहे उद्या नाही.

प्रतीक्षा : अग आई अस का बोलतीस ?

आई : मुलबाळ वयात आल कि समजून जायचं असत आपण संपत चाललोय.

प्रतीक्षा : अस काही नाही. गप. अजून खूप जगणार आहे तुम्ही. अस बोलत जाऊ नकोस मला नाही आवडत.

आई : हो ना. मग मला जास्त जगायला आनंद हवाय.

प्रतीक्षा : मग आहे ना मी. आता बोलतोय ना आपण. मला टेन्शन होत बाबांना आवडेल न आवडेल. पण ते पण अजिंक्यशी बोलायला लागलेत. आता आम्ही येत जाऊ अधून-मधून.

आई : मी काय म्हणते.

प्रतीक्षा : काय ?

आई : त्याला येउ दे अधून-मधून. तू थांब कि इथेच ?

प्रतीक्षा : का ग ?

आई : बाळंतपणासाठी. बाळ आपल्याच घरात होऊ दे.

प्रतीक्षा : मला पण आवडल असत. पण अजिंक्यची काम सुरु आहेत. रात्रभर तो जागा असतो. स्टोरी लिहित. सकाळचा झोपून असतो. त्याच खाण पिण मला बघाव लागत दुसर कोण आहे त्याला ?

आई : तू काम करतेस ? या अशा अवस्थेत.

प्रतीक्षा : अग काहीच करत नाही. सगळ तोच करतो बस त्याला रात्री जेवायचा हट्ट मला करावा लागतो. बाकी सगळ तो करतो. सकाळची कॉफी ते रात्रीच्या जेवणापर्यंत सगळ तोच करतो.

आई : हो. अग पण लेकीच केल तर मला पण तेवढच बर वाटेल. आणि घरात इन मीन दोन माणस आम्हाला पण घर भरल्यासारख वाटेल. हव तर मी बोलते अजिंक्यशी.

प्रतीक्षा : ऐक आम्ही आज जातो. घरी जाऊन मी त्याच्याशी बोलते. आणि मग दोन तीन दिवसांनी परत येते. चालेल ?

आई : पण नक्की येणार बग ?

प्रतीक्षा : हो.

इकडे बाहेर.

अजिंक्य : अहो बाबा आम्ही आहोत ना तुमचे. तुम्ही बोला ते करू. बस तुम्ही आनंदी रहा. मी तुम्हाला त्रास दिलाय आधी पण ती कसर मी भरून काढली प्रतीक्षा सोबत लग्न करून. फक्त माफ करा आता मला.

बाबा : एका अटीवर करेन.

अजिंक्य : कोणत्या ?

58

फक्त एक अट !

अजिंक्य बाबांकडे बघत आहे.

बाबा : तू प्रतीक्षाला इथ सोडून जा.

अजिंक्य : सोडून जा म्हणजे ?

बाबा : अरे कायमच नाही. बाळंतपणासाठी.

अजिंक्य : मी करतोय तीच सगळ नीट. काळजी घेतो मी तिची.

बाबा : हो मान्य आहे मला तुझ बोलण पण कस रे गर्भसंस्कार वैगरे कस हे बायकांना कळत. तिची आई घेईल ना तिची काळजी नीट. तू ठेवतोस तसच तिला ठेवणार आम्ही एखाद्या राणीसारख. म्हणजे कस तिला तिची आई सगळ शिकवेल. साराच्या वेळी तिच्या सासूने काहीच तिला करू दिल नाही आणि सांगितल पण नाही. त्यामुळे तिला इतक काही माहित नाही. आता शिकेल म्हणजे कस पुन्हा कधी अजून झाल एखाद मुल तर तुम्हालाच सोप्प जाईल. आणि हि मुल मोठी झाली कि सारा तुमच्याकडेच येईल बाळंतपणाला तेव्हा माहित असायला हव प्रतीक्षाला काय म्हणतोस ?

अजिंक्य : पटतय मला पण.

बाबा : पण काय

अजिंक्य : तिच्याशिवाय रहायची सवय नाही मला.

बाबा : होईल...होईल. अमित सोबत लग्न झालेलं तीच तेव्हा राहिलाच होतास ना तिच्याशिवाय ?

अजिंक्य : हो पण ती वेळ वेगळी होती. आमच नात वेगळ होत. पण आता तस काही नाही ना बाबा.

बाबा : होईल सवय. आणि तुझ्यासाठी दार उघडी आहेतच हि. केव्हा हि.

अजिंक्य : केव्हा हि ?

बाबा : हो केव्हाही. आली आठवण कि येत जा.

अजिंक्य : बर मग मी तिला विचारतो आणि सांगतो.

बाबा : सांगायचं काय त्यात ? तिला ठेवून जा इथच. कपडे आणून दे तिचे उद्या. हा. जमेल ना तुला ?

अजिंक्य : बर चालेल.

तेवढ्यात आई आणि प्रतीक्षा बाहेर आल्या. अजिंक्याच्या डोळ्यात पाणी तरळत होत. कुणाला समजल नाही पण प्रतीक्षा नेमक ते हेरते. प्रतीक्षाची आई, बाबांना आत बोलावते. प्रतीक्षा अजिंक्य जवळ जात त्याचा हात धरते.

प्रतीक्षा : काय झाल ?

अजिंक्य : काही नाही.

प्रतीक्षा : अजिंक्य.

अजिंक्य : काय झाल ?

प्रतीक्षा : काही नाही.

अजिंक्य : अस कस ? काही नाही. अशी का रडवेली झालीयस ?

प्रतीक्षा : तूपण झालायस कि, पण सांगतोयस का ?

अजिंक्य : तुझे बाबा म्हणत होते कि,

प्रतीक्षा : कि प्रतीक्षाला इथ राहू दे.

अजिंक्य : हो. तुला कस माहित ?

प्रतीक्षा : आई आणि बाबांनी ठरवून आपल्याला इथ बोलावलं आहे.

अजिंक्य : मग काय करायचं ?

प्रतीक्षा : मी बोलले आईला अजिंक्याला विचारून सांगते. मला इथ राहायचं आहे पण तुझ तिकड कोण बघणार ? मी बोलले आईला पण ती ऐकायला तयार नाही.

अजिंक्य : ठीके मी जातो. आणि तुझे कपडे आणून देतो. तू रहा इथ. मी बघतो मेस वैगरे लावतो. आणि आठवड्यातून येत जाईन मी.

प्रतीक्षा : आपणच आई-बाबांना घेऊन गेलो तर सातार्याला ?

अजिंक्य : मला नाही वाटत येतील ते.

आई हे ऐकते आणि पुढे येते. मागून बाबा हि त्यांच्या शेजारी थांबतात.

आई : बाळंतपण माहेरी व्हाव अस शास्त्र असत. आपण कशाला उगीच खो घालायचा त्यात. आणि पुणे सातारा काय लांब आहे का ? बसने आल तर दोन तास गाडीमधून दीड तास. दुपारची डुलकी लागली तर ती पण दोन चार तासाची लागते. हा प्रवासाचा वेग तर त्या मानाने कमीच आहे. हो ना ? अजिंक्य ?

अजिंक्य : आ ? हो.

प्रतीक्षा : बर. अजिंक्य. राहते मी इथ. आता नाही मला दुखवायचं अजून आई-बाबांना माझ्या.

अजिंक्य : हो. चालेल. मी उद्या आणून देतो कपडे. निघू का मी ? आई बाबा निघतो मी.

आई : जेवून जा कि आलायस तर ?

बाबा : हो. मी काय म्हणतो संध्याकाळी जा. चार पाचला आणि उद्या ये सकाळी.

अजिंक्य : काम उरल आहे. एपिसोड द्यायचेत मालिकेचे. जाऊन कराव लागेल. अचानक इकड आलो त्यामुळे काम उरलय. मी येतो उद्या.

प्रतीक्षा : नक्की ?

अजिंक्य : हो.

सारा : मी येऊ ?

अजिंक्य : नको बाळ. आता तू इथ राहा. हा ? आईजवळ. मी उद्या येतो...

अजिंक्य तिथून निघाला. आणि सातार्यात आला. इकडे प्रतीक्षा आणि साराचा पाहुणचार अगदी जोरात सुरु होता.

59

शेवटचा भाग ?

अजिंक्य घरी आला. दार उघडल आणि तिथून जी शांतता त्याला जी जाणवली ती आजवर त्याला जाणवली नव्हती. भकास झालेलं घर. कित्येक दिवस कोण या घरात राहतच नसेल अस काहीस वातावरण घरातल झालेलं. अजिंक्य आत जाऊन प्रतीक्षाचे कपडे घेतो. साराचे घेतो. आता थोड्या उशिराने निघावं म्हणून तो तिथच बेडरूममध्ये तिरका झोपून राहतो. शांत घरात अजिंक्यच्या मनात डोक उठेल इतक्या गोंधळाचे विचार त्याला यायला लागले. प्रत्येक गोष्ट डोक्यात त्याच क्षणी मनात आणि काही त्या विचाराशी मिळते जुळते क्षण डोळ्यासमोर अगदी स्पष्ट दिसत होते. प्रतीक्षा जी अजिंक्यला आवडत होती. पण तिच्याशी त्याच लग्नच झाल नाही. साधी मैत्री हि नाही. तिची मात्र जास्त आठवण यायला लागली का कुणाला माहित ?

खर प्रेम खोट प्रेम काही नसत हे असल. प्रत्येक वेळीस होणाऱ्या प्रेमात त्यावेळेची, त्यामागची भावना हि खरी असते. फक्त खर. प्रेम म्हंटल कि त्याच्यापुढे किंवा माग त्याला खोट हे नाव-आडनाव लावायची गरज नसते. माणूस फसवा असतो प्रेम नाही. पण नेमक खर प्रेम ओळखताना माणूस फसतो. दिखाऊ प्रेमाला खर समजून पश्चताप करत बसतो. आणि मग प्रेमाला खोट ठरवून जगभर दवंडी पिटवत बसतो. प्रतीक्षाने पण असच केलेलं. अजिंक्य रोज तिला बघायचा ती दिसेल तिथे. तिला ते माहित होत. उन्हात तर उन्हात तिला उभा राहून

बघायचा. चक्क दाट पावसात हात खिशात घालून भिजत तिला बघत बसलाय. थंडीचा पातळ शर्ट अंगावर असून पण तिच्यामागे मागे ती जाईल तिथे फिरलाय. त्याने कधी तिला त्रास दिला नाही. कधी तिला अडवल नाही. काही प्रेमाची कधी कबुली दिली नाही. सगळ कस त्याच्या बाजूने होत. शांत होत पण खर होत. आणि तिला ते खोट, वरवरच वाटत होत. आणि तिच्या वर्गाच्या शेजारचा वर्ग म्हणजे 'ब' तुकडीतला मुलगा वरद त्याच्याशी तिची मैत्री झाली. 'अ' आणि 'ब' तुकडीची मुल हुशार असतात अगदी ती कोणत्या हि शाळेत असो. पण प्रत्येक शाळेत तसच असत किंवा तसा समज असतो.

तीही त्याच विचाराने आणि त्याच्या मार्क्सना बघून त्याच दिसण बघून त्याच्याशी बोलायला लागली. त्याच्या वह्या वैगरे घरी अभ्यासाला नेण सुरु झाल तीच. अजिंक्यला हे माहित असायचं आणि त्याच वाईट हि वाटायचं. वहीतल्या स्वाध्यायची जागा कधी प्रेमाच्या शब्दांनी घेतली तिला कळाल नाही. त्यान ते मुद्दाम केल असाव.

आणि हे अजिंक्यला माहित होत. अजिंक्यला काय माहित नव्हत ? तिची आवड-निवड, तीच कुठ येण-जाण सगळ त्याला माहित होत. अगदी तिचे क्षणा-क्षणाला श्वास घेण हि त्याला माहित होत. इतक त्याच प्रतीक्षावर प्रेम होत. आणि ती वरद वर फिदा झाली. दुपारचे अडीच वाजलेले. अजिंक्य शाळेच्या वरच्या पटांगणावर गेला होता एका मित्रासोबत तेव्हा त्याला वरद एका मुलासोबत सिगरेट ओढताना दिसला. तो वरद होता. पण हे सांगितल्यावर प्रतीक्षाला विश्वास बसणार होता का ? अर्थातच नाही. पण तिला त्याच्यापासून तोडाव कारण तो मुलगा चांगला नाही या विचाराने अजिंक्य तयारीला लागला. माझ्या नशिबात नाहीतर निदान तिच्या नशिबात असला मुलगा तरी नको अस त्याच मत होत.

पण तो करणार काय होता ? त्याला मारलं तर तो प्रतीक्षापुढे अजिंक्यच नाव घेईलच आणि प्रतीक्षाच्या नजरेत पडण अजिंक्यला मंजूर नव्हत. कराव काय ? मित्राला सांगाव तर त्यांचा हि भरवसा नाही. शेवटी मनाला अजिंक्यने आवर घातला आणि दुपारची सुट्टी सुरु असतानाच त्याने गणपतीच मंदिर गाठलं. देवापुढ हात जोडून

त्याने एकच मागितल. 'देवा तिला माझ्या नशिबात लिहून ठेव कारण तिला जपेन नीट मी असा इतरांसारखा नाही हे तुलासुध्दा माहित आहे.' देवाने त्याच ऐकल. पण निम्मच. वरद आणि प्रतीक्षाची मैत्री तुटली. पण अजिंक्यच्या नशिबात ती आलीच नाही. का याच उतर लिहायला माझ्याकडे पण नाही.

प्रतीक्षा आणि वरद पुन्हा नववीत मित्र झाले. अजिंक्य बागेत एकदा गेला होता. वेळ होती सव्वा आठची. बाग आता बंद होणार होती. हळू हळू लाईट बंद व्हायला लागल्या. माणस घरी जायला लागली. छोट्या मुलांची अंधारात रडा-रड सुरु झाली. आणि अशात अजिंक्य हि बाहेर यायला निघाला असताना पायरीवर बसलेल्या जोडप्याकडे त्याच लक्ष गेल. अंधार आणि त्या अंधारात चेहरा काय अंगावरच्या ड्रेसचा रंग हि दिसण मुश्कील. पण त्यात हि सावलीवरून अजिंक्यने ओळखल कि ती प्रतीक्षा होती. आणि तो वरद. त्याने तिला खांद्याला धरून तिच्या ओठांना आपल्या ओठात धरून काहीतरी प्रेमाचा चाळा सुरु केला. अजिंक्यच्या छातीच्या धडधड होण्याला काही सुमारच नाही. डोळ्यात पाणी साठल. धरण तुडुंब भरून जाव फक्त दरवाजे खोलले जावेत आणि ज्यादाच पाणी वाहून जाव असच होण बाकी होत.

आणि धरणाप्रमाणे डोळ्यांच्या पापण्यांची उघडझाप झाली. पाणी गालावरून वाहून जायला लागल. अजिंक्य तिथून निघून गेला आणि त्या नंतर त्याने कधी प्रतीक्षाकडे बघितलच नाही. विचार हा सुरु होता आणि कॉल आला.

अजिंक्यने कॉल उचलला.

अजिंक्य : बोल.

अंजली : उद्या वाढदिवस आहे ना तुझा ?

अजिंक्य : हो.

पुढे...... भेटूया लवकरच

क्रमशः

Made in the USA
Monee, IL
22 August 2025

23953042R00134